A gba wa la kuro ninu agbara okunkun

-

Ẹ̀dà Tí A fẹ̀ síi 2025

ÌTÀN òótọ́ ni èyí nípa àjẹ́ ará Áfíríkà kan - Àjẹ́ àtijọ́ tí Agbára Ọ́lọ́run fi jíṣẹ́ - Ẹ̀dà tí a ti fẹ̀ sí i 2025

Ìdáǹdè kúrò lọ́wọ́ Agbára Òkùnkùn Ẹ̀ka 1

láti ọwọ́

Emmanuel Eni; Zakaria Godseagle ; Ambassador Monday O. O gbe ;

Table of Contents

Nípa ìwé náà – Tí a gbà lọ́wọ́ agbára òkùnkùn – Ẹ̀dà tí a fẹ̀ síi 2025

PÀTÀKÌ PÀTÀKÌ — ÌTÀN ÒTÍTÀ NÍPASẸ̀ ÀJẸ́ ÀJẸ́ ONÍFÍRÁNÍRÍKÀ TÍ AGBÁRA OLÚWA FI RANṢẸ́. ÌWÉ YÌÍ KÌ Í ṢE ÀTÀKÌ.

Ó jẹ́ ẹ̀rí òtítọ́ ti **Pásítọ̀ Emmanuel Amos Eni** , ọkùnrin kan tí ó ti kópa nínú iṣẹ́ òkùnkùn rí, tí agbára aláìlẹ́gbẹ́ ti Jésù Kristi gbà là.

"Bí ẹ ti ń lọ, ẹ máa wàásù... 'Ọ̀fẹ́ ni ẹ ti gbà, ẹ fúnni lọ́fẹ̀ẹ́.'" — Mátíù 10:7–8
"Ẹ lọ sí ilé yín lọ sọ́dọ̀ àwọn ọ̀rẹ́ yín kí ẹ sì sọ fún wọn bí Olúwa ti ṣe fún yín tó àti bí ó ti ṣàánú fún yín." — Máàkù 5:19
"Wọ́n ṣẹ́gun rẹ̀ nípa ẹ̀jẹ̀ Ọ̀dọ́ Àgùntàn àti nípa ọ̀rọ̀ ẹ̀rí wọn." — Ìṣípayá 12:11
"Alábùkún fún ni àwọn tí ń pa ẹ̀rí Rẹ̀ mọ́, tí wọ́n ń wá a pẹ̀lú gbogbo ọkàn wọn." — Sáàmù 119:2
"Ẹ̀yin ni ẹlẹ́rìí mi," ni Olúwa wí, "àti ìránṣẹ́ mi tí mo ti yàn, kí ẹ̀yin lè mọ̀ kí ẹ sì gbà mí gbọ́, kí ẹ sì mọ̀ pé èmi ni. A kò dá Ọlọ́run kan ṣáájú mi, bẹ́ẹ̀ ni kò ní sí lẹ́yìn mi." — Aísáyà 43:10–12

Ẹ̀dà Tí A Gbé Sí I 2025 – Ìjíjí náà Ń Bá A Lọ

Lẹ́yìn ogójì ọdún lẹ́yìn ìdáǹdè àgbàyanu ti Pr. Emmanuel Amos Eni, *Ìdásílẹ̀ kúrò nínú Agbára Òkùnkùn* ń bá a lọ láti jí ọ̀pọ̀lọpọ̀ ènìyàn kárí ayé dìde — láti Áfíríkà sí Éṣíà, láti Yúróòpù sí Amẹ́ríkà. Àwọn òǹkàwé ọ̀dọ́ àti àgbà ti jẹ́rìí nípa àwọn ìpàdé pẹ̀lú Ọlọ́run, àwọn àlá, ìran, àti ìfẹ́ tuntun fún ìwà mímọ́ lẹ́yìn tí wọ́n ka ìwé yìí.

A ti ṣe àtúnṣe ẹ̀dà Expanded Edition ti ọdún 2025 yìí pẹ̀lú àdúrà sí:

1. Ṣàlàyé kí o sì ṣàlàyé rẹ̀ dáadáa

Àwọn kan lára àwọn òǹkàwé gbé ìbéèrè nípa ilẹ̀ àti ìtàn kalẹ̀ nípa àwọn ibi kan àti ìṣẹ̀lẹ̀ kan tí a mẹ́nu kàn nínú ìtàn àtilẹ̀wá náà (bíi Bendel àti Imo).
Nínú àtúnse yìí, a ti fi ìṣọ́ra pa ìtàn gidi Emmanuel Eni mọ́ nígbà tí a ń pèsè àwọn àkọsílẹ̀ ìkọ̀wé àti àyíká ọ̀rọ̀—rí i dájú pé ìtàn náà dúró ṣinṣin síbẹ̀síbẹ̀ ó sì yé àwọn ìran tuntun ti àwọn òǹkàwé tí wọn kò mọ̀ nípa àwọn ààlà ìpínlẹ̀ ìtàn Nàìjíríà tàbí àwọn ọ̀rọ̀ àṣà.

2. Fi Ìmọ̀ àti Àlàyé Nípa Ẹ̀mí kún un

Àtúnse yìí kó àwọn àlàyé ìwé mímọ́ tó jinlẹ̀ jọ lórí àwọn kókó bíi:

- Isubu awọn angẹli ati orisun ibi
- Iṣẹ́ àwọn májẹ̀mú omi àti àwọn ohun ìjìnlẹ̀
- Ìṣètò ìjọba Sátánì àti ìjọba ìmọ́lẹ̀ Ọlọ́run
- Ogun àìrí láàrin àwọn ìjọba àti àṣẹ àwọn onígbàgbọ́ nínú Kristi
- Ìlànà ìdáǹdè onígbàgbọ́ — *ìfihàn, ìdánwò, ìkọlù, àti ìmúpadàbọ̀sípò*

Àwọn àfikún wọ̀nyí ni a mú láti inú **Ìwé Mímọ́**, **àwọn ẹ̀rí ìgbàlà kárí ayé**, àti **ìwé ìsìn ọjọ́ 40 náà "Láti Òkùnkùn sí Ìjọba"** láti ọwọ́ *Zacharias Godseagle*, *Ambassador Monday*

O. Ogbe , *àti Comfort Ladi Ogbe* — iṣẹ́ alábáṣepọ̀ kan tí a tọ́ka sí jákèjádò ìwé yìí.

3. Fi àwọn ìpàdé òde òní gidi kún un

Àtẹ̀jáde tuntun yìí ń ṣe àfihàn **"Àwọn Ìbéèrè Olùkàwé & Ìjíròrò Àgbáyé"** — àwọn ìjíròrò jíjẹ́ ọmọ-ẹ̀yìn tòótọ́ pẹ̀lú àwọn onígbàgbọ́ kárí ayé tí, lẹ́yìn tí wọ́n ka ẹ̀rí Emmanuel, wọ́n bẹ̀rẹ̀ sí ní ìrírí irú ìjíròrò bẹ́ẹ̀.
Ọ̀kan lára àwọn ohun wọ̀nyí ni ìtàn àgbàyanu ti **Arákùnrin. Francesco** , onígbàgbọ́ ará Ítálì kan tó kọ̀wé sí *God's Eagle Ministries* lẹ́yìn tó ti rí ìwé náà, tó sì ti gba àwọn ìfihàn tó ṣe kedere nípa ayé àìrí. Ìbánisọ̀rọ̀ rẹ̀, tó wà nínú rẹ̀ ní kíkún, ṣe àpẹẹrẹ bí Ẹ̀mí Mímọ́ ṣe ń bá àwọn onígbàgbọ́ lásán-làsàn lọ lónìí — nípasẹ̀ àdúrà, ìwé mímọ́, àti ìtọ́nisọ́nà àsọtẹ́lẹ̀.

4. Múra sílẹ̀ pẹ̀lú Àdúrà Ìdáǹdè àti Ìránṣẹ́

Ní ìparí àwọn apá pàtàkì, ìwọ yóò rí **àdúrà ìgbàlà** , **àwọn ìkéde ojoojúmọ́** , àti **àdúrà ìṣẹ́gun ìkẹyìn** — tí a ṣe láti darí àwọn òǹkàwé ní ìgbésẹ̀ sí òmìnira.
"Àdúrà Ìtẹríba Láti Òkùnkùn" pàtàkì kan tún wà àti ìjápọ̀ sí **Ìrìn Àjò Ọjọ́ Ogójì ti Ìmọ̀ àti Ìdáǹdè** , tí ó wà láti inú *Láti Òkùnkùn sí Dominion* fún àwọn tí ń wá ọ̀nà ìṣẹ́gun tí a ṣètò.

5. Mu pada, Ko si ropo

Àtẹ̀jáde yìí **kò** yí kókó ìtàn Emmanuel Eni padà. Ohùn rẹ̀ kò tíì fara kan ara rẹ̀ — ẹ̀rí rẹ̀ ṣì ń dún pẹ̀lú òtítọ́ àti agbára Ọlọ́run.
Ṣùgbọ́n, àwọn òye tí a fi kún un, ń tan ìmọ́lẹ̀ sí ìtumọ̀ jíjinlẹ̀ tí ó wà lẹ́yìn ìrírí rẹ̀, ó ń fi bí Ọlọ́run kan náà tí ó gbà á là ṣe ń tẹ́síwájú láti dá àwọn mìíràn ní gbogbo orílẹ̀-èdè lónìí hàn.

Ìdí Tí Èyí Fi Ṣe Pàtàkì Nísinsìnyí

A ń gbé nínú ìran kan níbi tí òkùnkùn kò ti pamọ́ mọ́ — ó ń ta ara rẹ̀. Síbẹ̀ Ọlọ́run ń gbé àwọn ẹlẹ́rìí Rẹ̀ dìde lẹ́ẹ̀kan sí i, ó ń pe àwọn ọkùnrin àti obìnrin jáde kúrò nínú ẹ̀tàn sí ìjọba. Ìwé yìí ṣì jẹ́ ìpè àsọtẹ́lẹ̀ fún àkókò náà — ó ń tú ohun tí ó fara pamọ́ síta, ó ń dojúkọ ohun tí a gbà láàyè, ó sì ń fún àwọn onígbàgbọ́ ní agbára láti rìn nínú òye àti ìṣẹ́gun.

Kí gbogbo àwọn òǹkàwé tí wọ́n bá yí àwọn ojú ìwé wọ̀nyí padà ní ìrírí oore-ọ̀fẹ́ kan náà tí ó gba Emmanuel Eni là — kí ó sì dara pọ̀ mọ́ ẹgbẹ́ àwọn tí **a gbà là kúrò nínú òkùnkùn tí a sì rán sínú ìmọ́lẹ̀ àgbàyanu Rẹ̀.**

"Ọlọ́run àlàáfíà yóò tẹ Sátánì rẹ́ lábẹ́ ẹsẹ̀ yín láìpẹ́." — Róòmù 16:20

Nípa Òǹkọ̀wé náà

(Àtúnse Tí A Gbé Kalẹ̀ 2025 – Pẹ̀lú Àwọn Ìmọ̀ àti Àlàyé Olóòtú)

Orúkọ mi ni **Emmanuel Eni** — ìtàn òótọ́ nípa àánú, oore-ọ̀fẹ́, àti ìfẹ́ Ọlọ́run tí kò ní àbùkù lórí ayé mi nìyí.

Bíbélì sọ pé, *"Tọ́ ọmọdé ní ọ̀nà tí yóò tọ̀: nígbà tí ó bá sì dàgbà, kì yóò kúrò nínú rẹ̀."* (Òwe 22: 6)

Ìtàn iṣẹ́ Ọlọ́run tó lágbára, tó yani lẹ́nu, àti tó jẹ́ àṣírí nìyí, tí a kọ ní ìgbọràn sí àṣẹ Olúwa Jésù Kristi, ẹni tó sọ fún mi pé, *"Lọ kí o sì jẹ́rìí ohun tí mo ṣe fún ọ."*

Ènìyàn sábà máa ń ronú nípa àjálù gẹ́gẹ́ bí ìṣe àyànmọ́ tí a kò le yípadà. Dé ìwọ̀n kan èyí jẹ́ òótọ́, ṣùgbọ́n fún ọmọ Ọlọ́run, gbogbo ìgbésí ayé ni a gbé kalẹ̀ gẹ́gẹ́ bí Ọlọ́run (Òwe 16: 9). Yálà ètò náà ṣẹ tàbí bẹ́ẹ̀ kọ́ sinmi lórí ọ̀pọ̀lọpọ̀ nǹkan — ìbáṣepọ̀ ẹni náà pẹ̀lú Ọlọ́run, òye rẹ̀ nípa ète ìkẹyìn ìgbésí ayé, àti àyíká tí ó ń ṣe àgbékalẹ̀ ìṣẹ̀dá ẹ̀mí rẹ̀.

Àwọn agbára láti òde ni wọ́n máa ń dojú ìjà kọ ní gbogbo ìgbésí ayé. Ìṣòro náà máa ń dé nígbà tí a bá fi **ìfẹ́ wa sílẹ̀** — fún rere tàbí fún ibi. Ìfẹ́ láti gbọ́ràn sí Ọlọ́run ni agbára tó ga jùlọ fún àwọn onígbàgbọ́ tuntun, nígbà tí ìfẹ́ láti ṣàìgbọràn sì ni agbára ìparun tó ga jùlọ ní ọwọ́ ẹlẹ́ṣẹ̀.

Ọmọ tí a bá fi sílẹ̀ nìkan ní ayé yóò máa ṣàkóso nípasẹ̀ ọ̀kan lára àwọn agbára méjì: **rere tàbí búburú** , **ìmọ́lẹ̀ tàbí òkùnkùn** , **Ọlọ́run tàbí èṣù** . Gbogbo ọkàn gbọ́dọ̀ yan ọ̀gá tí yóò sìn. Ìdí nìyí tí Ìwé Mímọ́ fi sọ pé, *"Tọ́ ọmọ ní ọ̀nà tí yóò tọ̀, nígbà tí ó bá sì dàgbà, kì yóò kúrò nínú rẹ̀."*

O gbà pé ìyá ọmọ ni ẹni tí ó fẹ́ràn jùlọ àti ẹni tí ó sún mọ́ ọn jùlọ. Àmọ́, ọmọ aláìníbaba jẹ́ ẹni tí ó ní ìṣòro ní ìlọ́po méjì — nípa ti ara àti nípa ti ẹ̀mí. Ìyá máa ń ṣọ́ ara àti ọkàn; nígbà tí àwọn òbí méjèèjì bá sọnù, pàápàá jùlọ nípasẹ̀ àwọn ipò àìmọ̀, ọmọ náà máa ń fara hàn sí ìkọlù òkùnkùn.

Ìtàn mi bẹ̀rẹ̀ ní ogún ọdún sẹ́yìn ní abúlé kékeré kan tí a ń pè ní **Amerie Irigbu Iṣẹ́ Ozu** , tí ó wà ní **ìjọba ìbílẹ̀ Bende (tí ó jẹ́ apá kan ìpínlẹ̀ Abia báyìí , ṣùgbọ́n tí ó wà ní ìpínlẹ̀ Imo nígbà tí ìtàn yìí ṣẹlẹ̀ tẹ́lẹ̀)** . Àwọn òbí mi kò sí lára àwọn ọlọ́rọ̀, síbẹ̀ baba mi ti jogún ilẹ̀ hektari méjìlélógójì láti ọ̀dọ̀ bàbá mi — ìbùkún kan tí ó yípadà sí ìbànújẹ́ tí ó gbóná jùlọ nínú ìtàn ìdílé wa.

Nítorí ogún yìí, àwọn ẹbí mi tí wọ́n wà nítòsí àti jíjìn ń jowú baba mi. Mi ò lóye rẹ̀ nígbà náà, ṣùgbọ́n owú àti ojúkòkòrò di ẹnu ọ̀nà tí ìkórìíra àti ìparun ẹ̀mí èṣù gbà wọ ilé wa. Ohun tí ó bẹ̀rẹ̀ gẹ́gẹ́ bí owú lásán yára yí padà sí àwọn ìṣẹ̀lẹ̀ àjèjì tí yóò yí ìgbésí ayé mi padà títí láé.

Ìyàsímímọ́

Fún ògo Ọlọ́run Baba, Ọmọ, àti Ẹ̀mí Mímọ́—
ẹni tí ó ń gbà wá lọ́wọ́ òkùnkùn tí ó sì ń pè wá sínú ìmọ́lẹ̀ àgbàyanu Rẹ̀.

Ẹ̀rí yìí ni a fi sílẹ̀ ní àkọ́kọ́ àti ní pàtàkì sí **Olúwa àti Olùgbàlà wa Jésù Kristi** ,
Ọ̀dọ́ Àgùntàn Ọlọ́run tí ó kó ẹ̀ṣẹ̀ ayé lọ, ẹni tí àánú rẹ̀ dé inú òkùnkùn biribiri, tí ó sì mú ìràpadà wá fún ọkàn kan tí ó ti sọnù rí ṣùgbọ́n tí ó ń jó pẹ̀lú ète nísinsìnyí.

Sí **Pàsítọ̀ Emmanuel Amos Eni** , ẹni tí ìgboyà rẹ̀ láti ṣí àwọn iṣẹ́ ìkọ̀kọ̀ òkùnkùn
payá ti tan ìmọ́lẹ̀ sí àwọn ìran, ó sì ń tẹ̀síwájú láti dá àwọn ìgbèkùn nídè nípasẹ̀ agbára òtítọ́. Ìgbọràn yín sí ìran ọ̀run ṣì jẹ́ ìmọ́lẹ̀ ìrètí àti ìkìlọ̀ fún àwọn orílẹ̀-èdè.

Fún gbogbo àwọn tí a ti gbà là nípasẹ̀ agbára Jésù Kristi, kí òmìnira yín di ẹ̀rí fún àwọn ẹlòmíràn tí wọ́n ṣì wà nínú ẹ̀wọ̀n.

Sí Ìjọ tí ń gbàdúrà—Ìyàwó Kristi—
jẹ́ kí ìròyìn yìí tún tan iná yín padà fún ìwà mímọ́, ìṣọ́ra, àti àánú.

"Nítorí Ọmọ Ènìyàn dé láti wá àwọn tí ó sọnù kiri àti láti gbà wọ́n là."
(Lúùkù 19:10)

Àwọn ìdúpẹ́

Pẹ̀lú ọpẹ́ jíjinlẹ̀, a gbàgbọ́ àti ọlá fún:

- **Àlùfáà Emmanuel Amos Eni** , ohun èlò tí a yàn àti ẹlẹ́rìí ìgbàlà kúrò nínú ìjìnlẹ̀ ẹ̀tàn Satani. Ẹ̀rí rẹ ṣì jẹ́ ìpè àtọ̀runwá—jí àwọn onígbàgbọ́ dìde sí àwọn òtítọ́ ẹ̀mí àti gbígbé agbára gíga Jesu Kristi ga. Ìgbésí ayé rẹ ń tẹ̀síwájú láti fihàn pé kò sí òkùnkùn tí ó jinlẹ̀ jù fún àánú Ọlọ́run.
- **Olúwa Jésù Kristi** , Olùpilẹ̀ṣẹ̀ Ìgbàlà, Olùgbàlà àwọn ọkàn, àti Ọba Ògo Ayérayé—ẹni tí agbára rẹ̀ ń fọ́ gbogbo ẹ̀wọ̀n, ó ń wo gbogbo ọgbẹ́ sàn, ó sì ń mú ète padà bọ̀ sípò fún àwọn tí ó sọnù.
- **Ẹ̀mí Mímọ́** , Olùṣípayá Òtítọ́ àti Olùgbékalẹ̀ àwọn ẹni tí a rà padà—ẹni tí ó dá gbogbo àwọn tí ó tẹ̀lé Kristi lẹ́bi, tí ó fún ní agbára, tí ó sì ń tu gbogbo wọn nínú pẹ̀lú òtítọ́ inú.
- **Àwọn òjíṣẹ́ onígbàgbọ́, àwọn alágbàwí, àti àwọn ọmọ-ẹ̀yìn Jésù Kristi** káàkiri àwọn orílẹ̀-èdè, tí wọ́n ń gbé ògùṣọ̀ òtítọ́ àti àdúrà ogun lọ sí ilé, àga ìjókòó, àti àwùjọ. Ìdúró rẹ fún òdodo ń mì ìjọba òkùnkùn.
- **Ara Kristi kárí ayé** , tí ẹ̀rí yìí jẹ́ sí ìṣọ́ra ẹ̀mí, àánú fún àwọn tó sọnù, àti ìfarajìn sí ìwà mímọ́ nínú ìgbésí ayé àti ẹ̀kọ́ jí.
- **Ẹgbẹ́ ìtẹ̀wé àti àtúnṣe** ní *God's Eagle Ministries (GEM)* àti *Otakada.org* , lábẹ́ ìdarí **Ambassador Monday O. Ogbe** , ẹni tí iṣẹ́ rẹ̀ láti *"Fún àwọn Orílẹ̀-èdè ní Ìrúgbìn pẹ̀lú Ọ̀rọ̀ Ọlọ́run—Ìgbésí Ayé Kan ní Ìgbà Kan"* rí i dájú pé ìmọ́lẹ̀ ẹ̀rí yìí dé gbogbo igun ayé.
- **Àwọn alábáṣiṣẹ́pọ̀ àti àwọn olùrànlọ́wọ́ kárí ayé** , tí wọ́n ń fi àdúrà, fífúnni, àti ìṣírí tẹ̀síwájú láti mú kí ó

ṣeé ṣe láti mú àwọn ìránṣẹ́ ìdáǹdè, jíjẹ́ ọmọ-ẹ̀yìn, àti ìyípadà wá sí ayé tí ó nílò òtítọ́ àti ìrètí.

Níkẹyìn, gbogbo ọpẹ́ padà sí **Ẹni tí ó ń jọba títí láé—** Álfà àti Ómégà, Àkọ́kọ́ àti Ìkẹyìn, ẹni tí gbogbo eékún yóò kúnlẹ̀ fún, gbogbo ahọ́n yóò sì jẹ́wọ́ pé:
Jésù Kírísítì ni Olúwa.

"Fún ẹni tí ó fẹ́ wa, tí ó sì dá wa nídè kúrò nínú ẹ̀ṣẹ̀ wa nípa ẹ̀jẹ̀ rẹ̀,
tí ó sì ti sọ wá di ìjọba àti àlùfáà láti máa sin Ọlọ́run àti Baba rẹ̀—
ògo àti agbára ni fún un láé àti láéláé. Àmín."
(Ìfihàn 1:5–6)

Nípa Olùtẹ̀wé – Àwọn Iṣẹ́ Ìsìn Gods Eagle – Otakada.org

"Ìrúgbìn Àwọn Orílẹ̀-èdè, Yíyí Ìgbésí Ayé Padà."

Iṣẹ́ Ìsìn God's Eagle (GEM) *— tí a tún mọ̀ sí Otakada.org — jẹ́ ìgbìmọ̀ àti ìgbìmọ̀ ìròyìn tí Ẹ̀mí ń darí, tí kò ní ààlà, tí ó sì ń mú ìwòsàn, ìdáǹdè, jíjẹ́ ọmọ-ẹ̀yìn, àti ìmúpadàbọ̀sípò wá fún àwọn orílẹ̀-èdè nípasẹ̀ òtítọ́ tí kò ní àsìkò ti Ọ̀rọ̀ Ọlọ́run.*

Àwa jẹ́ ***Ìjọ tí kò ní ògiri, ààlà, tàbí àwọn ẹ̀ka ìsìn*** *, tí a ń dáhùn ìpè Jésù nínú Jòhánù 17:21–23 — "Kí gbogbo wọn lè jẹ́ ọ̀kan."*

Ìran Wa

Láti kọ́ ***Ayé Kristẹni kan tí ó ní ìṣọ̀kan*** *— níbi tí àwọn onígbàgbọ́ ti ń rìn ní ìṣọ̀kan ẹ̀mí, tí òtítọ́ fún ní agbára, tí Ẹ̀mí Mímọ́ ń darí, tí a sì yípadà nípasẹ̀ ìgbọràn sí ọmọ-ẹ̀yìn.*

Iṣẹ́ Àṣekára Wa

"Láti fún àwọn orílẹ̀-èdè ní irúgbìn pẹ̀lú Ọ̀rọ̀ Ọlọ́run – Ìgbésí ayé kan ṣoṣo."

Nípasẹ̀ àwọn ìwé bíi "Gbígbà kúrò nínú agbára òkùnkùn," GEM ń tan ìmọ́lẹ̀ Jésù sí àwọn ibi òkùnkùn, ó ń fi agbára Rẹ̀ láti gbàlà, láti wòsàn, àti láti gbàlà hàn.
A ṣe èyí nípa:

- *Títẹ̀jáde àti pípín* ***àwọn ohun èlò ìjìnlẹ̀ Kristẹni àti ìdáǹdè*** *ní* ***orílẹ̀-èdè tó lé ní 66***
- *Ṣe àtìlẹ́yìn* ***ìrìn àjò ọmọ-ẹ̀yìn ọjọ́ 40 aládàáṣe*** *lórí* *Otakada.org*
- *Lílọ́wọ́ nínú* ***ìmọ̀ràn kárí ayé, àdúrà, ìwòsàn, àti*** *àwọn iṣẹ́ ìtúsílẹ̀*
- *Ṣíṣe àjọṣepọ̀ pẹ̀lú* ***àwọn ẹ̀bùn iṣẹ́-ìránṣẹ́ márùn-ún*** *láti mú ara Kristi fún ìṣọ̀kan àti ìdàgbàsókè*
- *Ṣíṣẹ̀dá àti pínkiri* ***àwọn akoonu tó lé ní mílíọ̀nù méjì tí ó dá lórí ẹ̀sìn Kristẹni*** *kárí ayé*

Àwọn Ìlànà Pàtàkì Wa

Ìgboyà • Ìwà títọ́ • Ìtayọ • Àìbẹ̀rù • Ìṣẹ̀dá • Ìyára • Ìfẹ́

Ìfẹ́ wa

A ní ìfẹ́ gidigidi láti ran àwọn onígbàgbọ́ lọ́wọ́ láti ní ìrírí ***òmìnira pípé nínú Kristi*** *— ẹ̀mí, ọkàn, àti ara. Nípasẹ̀ àwọn ẹ̀rí ìgbésí ayé gidi bíi "A gbà wá kúrò nínú agbára òkùnkùn," a ń kéde ìṣẹ́gun Àgbélébùú àti agbára ìyípadà ti Ẹ̀mí Mímọ́ lórí gbogbo onírúurú ìdè.*

Àwọn Ọ̀rọ̀ Méje Pàtàkì Nínú Ohun Tí A Ń Ṣe

1. ***Ìbáṣepọ̀ pẹ̀lú ìhìn iṣẹ́ ìṣọ̀kan sí àwọn ìjọ:*** *A ń bá àwọn ẹ̀ka ìsìn ọ̀tọ̀ọ̀tọ̀ ṣiṣẹ́, a ń rọ̀ wọ́n láti bá ara wọn sọ̀rọ̀.*
2. ***Àdúrà àti Ààwẹ̀ Ọdọọdún:*** *Ní ọdọọdún, a ya* ***ọjọ́ ogójì*** *(Oṣù Kẹta 17 sí Oṣù Kẹrin 26) sọ́tọ̀ láti gbàdúrà fún Ìjọ àti àwọn olórí pẹ̀lú kókó pàtàkì ti* ***ìṣọ̀kan, ìsọjí, àti jíjẹ́ ọmọ-ẹ̀yìn*** *.*

3. ***Ìtẹ̀jáde:*** *A ti tẹ̀* ***ìwé ẹ̀kọ́ ọmọ-ẹ̀yìn tó lé ní 65 jáde*** *tí àwa fúnra wa kọ àti* ***àkọlé tó lé ní 100*** *fún àwọn òǹkọ̀wé Kristẹni mìíràn, tí a pín sí* ***orílẹ̀-èdè 66*** *.*
4. ***Pínpín Àkóónú Kárí Ayé:*** *A ti ṣẹ̀dá, ṣàkójọ, àti pínkiri* ***àwọn ohun èlò Kristẹni tó lé ní mílíọ̀nù méjì*** *láti inú onírúurú ẹ̀bùn iṣẹ́ ìránṣẹ́ onípele márùn-ún.*
5. ***Ìdánilẹ́kọ̀ọ́ Ọmọ-ẹ̀yìn Ọjọ́ Ogójì pẹ̀lú Jésù:*** *Ìrìn àjò ìtọ́sọ́nà tí a gbàlejò lórí* ***Otakada.org*** *, tí àwọn onígbàgbọ́ kárí ayé lè wọlé sí.*
6. ***Ìmọ̀ràn àti Ìmúpadàbọ̀sípò:*** *A máa ń gba àwọn Kristẹni nímọ̀ràn kárí ayé (ìwé àti ojúkojú) bí Ọlọ́run ṣe ń mú* ***ìwòsàn, ìdáǹdè, àti ìmúpadàbọ̀sípò wá — ẹ̀mí, ọkàn, àti ara*** *.*
7. ***Ìṣe Àsọtẹ́lẹ̀:*** *Gẹ́gẹ́ bí Ẹ̀mí Mímọ́ ṣe ń darí wa, a ń ṣe* ***àwọn ìṣe àsọtẹ́lẹ̀*** *àti* ***ìyàsímímọ́ agbègbè*** *fún Olúwa.*

Díẹ̀ Nípa Ìṣọ̀kan (Ìsọdipúpọ̀ Bíbélì)

- **Ìṣọ̀kan Ẹ̀mí (Éfésù 4:3):** Ohun *tó ṣẹlẹ̀* láàárín àwọn onígbàgbọ́—tí a fi ìrẹ̀lẹ̀, ìfẹ́, àti ìdè àlàáfíà pamọ́. Àwa kọ́ ló dá a; àwa ló **ń ṣọ́** ọ.
- **Ìṣọ̀kan Ìgbàgbọ́ (Éfésù 4:13):** *Àfojúsùn ìdàgbàsókè* kan —tí a lè dé bí Ìjọ ṣe ń dàgbà nínú **ìmọ̀ Ọmọ Ọlọ́run** nípasẹ̀ **ìgbọràn sí ọmọ-ẹ̀yìn** .

Èyí túmọ̀ sí wípé ìṣọ̀kan wa jẹ́ **ìbáṣepọ̀ (nínú Ẹ̀mí)** àti **ìṣẹ̀dá (sínú ìdàgbàsókè bíi ti Kristi)** — kìí ṣe ìṣọ̀kan lásán, ṣùgbọ́n **ìṣọ̀kan nínú Jesu** láàárín àwọn ẹ̀ka ìsìn àti orílẹ̀-èdè.

Àǹfàní Àgbáyé Wa

- *tó lé ní* ***500*** *tí* ***Ambassador Monday O. Ogbe*** *àti ẹgbẹ́ GEM kọ*

- *Wíwà ní **àwọn orílẹ̀-èdè 66+***
- *Wiwo oṣooṣu ti **awọn eniyan 500,000+ lori ayelujara ati offline***
- ***Àdúrà Àgbáyé àti Ààwẹ̀ Ọjọ́ Ogójì** (Oṣù Kẹta 17 – Oṣù Kẹrin 26) fún ìsọjí, ìṣọ̀kan, àti ìmúpadàbọ̀sípò*

🔗 ***Àwọn Pẹpẹ Iṣẹ́-Ìránṣẹ́ Wa***

- *Otakada.org — Ìjẹ́ ọmọ-ẹ̀yìn, ìdánilẹ̀kọ̀ọ́, àdúrà, àti iṣẹ́ ìránṣẹ́ àsọtẹ́lẹ̀*
- *Shop.Otakada.org — Àwọn ìwé, àwọn ẹ̀kọ́ e-kọ́ọ̀sì, àti àwọn irinṣẹ́ ìdàgbàsókè Kristẹni*
- ***Àwọn Ojú Ìwé Onkọ̀wé Amazon:***
  - *Zacharias Godseagle / Ambassador Monday O. Ogbe – Ojú ìwé 1 - https://www.amazon.com/stores/Zacharias-Godseagle/author/B0FCZ89D4K*
  - *Ambassador Monday O. Ogbe – Page 2 https://www.amazon.com/stores/author/B07MSBPFNX/allbooks*
- ***Àwọn ikanni YouTube:***
  - *Àwọn Iṣẹ́ Ìsìn Idì Ọlọ́run (Àkọ́kọ́) https://www.youtube.com/@godseauglеministries – Àwọn ẹ̀kọ́ àti ẹ̀rí*
  - *Ambassador Monday O. Ogbe (Latest) https://www.youtube.com/@AmbassadorMondayogbe – Fíìmù àti Ìhìnrere Àgbáyé*

Sopọ̀ Mọ́ Wa

***Imeeli:** ambassador@otakada.org*
***WhatsApp / Foonu:** +1 804-778-2759 (Whatsapp) | +1 302-492-2440 | +234-803-283-5348 (Whatsapp)*

Bulọọgi: *otakada.org/blog*
Alabaṣepọ tabi Funni: *Kiliki ibi*

Wíwà Àgbáyé Wa

- ***Etíkun Ìlà-Oòrùn Amẹ́ríkà:*** *3825 Lancaster Pike, Wilmington, DE*
- ***Etíkun Ìlà Oòrùn Amẹ́ríkà:*** *4510 Burkes Promise Drive, Bowie, Maryland*
- ***West Coast USA:*** *1985 Del Amo Blvd, Torrance, CA*
- ***West Africa HQ:*** *8 Sahaba Ibugbe, Lugbe, Abuja*
- ***Ile-iṣẹ Ile-iṣẹ Iwọ-oorun Afirika:*** *14 Olalere Close, Off Millionaire Quarters, Jos North, Jos, Plateau State*

Olùbáṣepọ̀ pẹ̀lú Aṣáájú Olùtẹ̀wé

Ambassador Monday O. Ogbe , orúkọ àpèlé – Zacharias Godseagle

Olùdásílẹ̀, Òǹkọ̀wé, àti Oníwàásù Arìnrìn-àjò
Àwọn Iṣẹ́ Ìránṣẹ́ Idì Ọlọ́run – Ìjọ tí kò ní Ògiri, Àààlà tàbí Ẹ̀ka Ìsìn

"Ẹ jọ, ẹ jẹ́ kí a kọ́ ara, kí a wo àwọn tí ó ti bàjẹ́ sàn, kí a sì so ìjọ pọ̀ – Nípasẹ̀ Ẹ̀mí Rẹ̀!"
Àlàáfíà!

Àkọ́kọ́ Olóòtú — Ẹ̀dà Tí A Tún Ṣe Àtúnṣe àti Tí A Fẹ̀ Sí I 2025

náà *àti nípa ọ̀rọ̀ ẹ̀rí wọn.”* —Ìfihàn 12:11

Ní ohun tó lé ní ogójì ọdún sẹ́yìn, ọkùnrin onírẹ̀lẹ̀ kan tí orúkọ rẹ̀ ń jẹ́ **Emmanuel Eni** ni a gbà kúrò nínú òkùnkùn biribiri nípasẹ̀ àánú Jésù Kristi tí kò lè dá dúró.
Ìtàn rẹ̀ — tí a tẹ̀ jáde lórí àwọn ìwé kékeré tí a sì fi ọwọ́ kọ káàkiri Áfíríkà — ti dé gbogbo kọ́ńtínẹ́ǹtì, ó ń yí ọkàn padà, ó ń tú àṣírí ẹ̀tàn, ó sì ń jí ìjọ dìde sí ogun tí a kò rí fún ọkàn ènìyàn.

Àtúnṣe Restored & Expanded ti ọdún 2025 yìí kì í ṣe àtúnkọ, bí kò ṣe *àtúnkọ ìmọ́lẹ̀* .
A ti fi ìṣọ́ra pa ìjẹ́pàtàkì ohùn Emmanuel Eni mọ́ nígbà tí a ń fi ìmọ́lẹ̀, àyíká tí a ti fìdí rẹ̀ múlẹ̀, àti ìjìnlẹ̀ ìwé mímọ́ kún ìran tuntun tí ó dojúkọ àwọn agbára ìgbàanì kan náà ní ìbòjú òde òní.

Lónìí, òkùnkùn ń wọ aṣọ tuntun — ìmọ̀ ẹ̀rọ, eré ìnàjú, àdéhùn ìkọ̀kọ̀, àti ìjọsìn ara ẹni. Síbẹ̀ ogun náà ṣì wà bẹ́ẹ̀.
Àwọn ẹ̀rí àti ìfọkànsìn tí a fi kún un níbí fihàn pé ohun tí Jésù ṣe fún ẹnì kan, Ó ṣì ń ṣe fún gbogbo ènìyàn. Láti New York sí Nairobi, láti ibi mímọ́ títí dé ibojú, ìmọ́lẹ̀ Rẹ̀ ṣì ń wọ gbogbo agbègbè òkùnkùn.

Àdúrà wa ni pé bí ẹ ṣe ń ka àwọn ojú ìwé wọ̀nyí, ìbẹ̀rù yóò fi àyè sílẹ̀ fún ìgbàgbọ́, nítorí pé ìgbàgbọ́ wá nípa gbígbọ́ àti gbígbọ́ nípa ọ̀rọ̀ Ọlọ́run àti ìfẹ́ ọkàn yóò fi àyè sílẹ̀ fún ìdánilójú. Ǹjẹ́ kí o rí ohun tó kọjá ohun ìyanu nínú ìràpadà náà — pé èyí kì í ṣe ìjẹ́wọ́ ènìyàn lásán, ṣùgbọ́n ìfihàn Olùgbàlà aláàánú.

Àtẹ̀jáde yìí tún ní **ìrìn àjò ìdáǹdè ọjọ́ ogójì** tí a ṣe láti ran àwọn òǹkàwé lọ́wọ́ kìí ṣe láti jẹ́rìí ìdáǹdè nìkan ṣùgbọ́n *láti rìn* ní ipò ọba — ní ilé, orílẹ̀-èdè, àti ní àwọn ààyè oní-nọ́ǹbà. Ojoojúmọ́ máa ń da Ìwé Mímọ́ pọ̀, ìrònújinlẹ̀, àti àdúrà àsọtẹ́lẹ̀, èyí tí ó parí sí ìpè kárí ayé fún àwọn onígbàgbọ́ láti dìde gẹ́gẹ́ bí ẹlẹ́rìí àti olùdáǹdè fún ìran wọn.

"O kò le kọ́ ohun tí o kò fi léni lọ́wọ́;
o kò le ṣe àkóso níbi tí a ti dè ọ́ síbẹ̀."

A pè yín láti kà á pẹ̀lú àdúrà, òye, àti pẹ̀lú ọkàn ṣíṣí sílẹ̀. Ọlọ́run kan náà tí ó dá Emmanuel Eni nídè ṣì ń gbà wá là lónìí. Òun nìkan ṣoṣo sì ni gbogbo ògo, ọlá, àti ìjọba títí láé.

Nígbà tí mo ń ṣe àtúnṣe àtúnṣe yìí, mo ti rí bí ìwé yìí ṣe ń so àwọn kọ́ńtínẹ́ǹtì pọ̀ mọ́ra báyìí. Àwọn ìránṣẹ́ ń dé lójoojúmọ́—láti Ítálì, Jámánì, Kẹ́ńyà, Amẹ́ríkà, Nàìjíríà, àti àwọn mìíràn—ọ̀kọ̀ọ̀kan wọn ní ìbéèrè, àlá, tàbí ẹ̀rí òmìnira tuntun. Àwọn ọkùnrin àti obìnrin tí wọ́n bẹ̀rù ohun tí a kò rí tẹ́lẹ̀ rí i pé ìfihàn láti ọ̀dọ̀ Ọlọ́run ṣì ń sọ̀rọ̀ nípasẹ̀ Ẹ̀mí Rẹ̀ lónìí.

Láti sin ebi tó ń pọ̀ sí i yìí, a ti ṣẹ̀dá ìjíròrò tó ń lọ lọ́wọ́ láàárín **àwọn àwùjọ ọmọ-ẹ̀yìn kárí ayé ti GEM** (tí a kọ sí ìparí ìwé yìí). Níbẹ̀, àwọn òǹkàwé lè pín ìrírí wọn, fi ìbéèrè sílẹ̀, kí wọ́n sì kẹ́kọ̀ọ́ Ìwé Mímọ́ tó tan ìmọ́lẹ̀ sí ìtàn Emmanuel Eni—gẹ́gẹ́ bí Arákùnrin Francesco láti Ítálì ti ṣe. Àwọn ìbáṣepọ̀ wọ̀nyí rán wa létí pé ìtàn náà kò parí; ó ń pọ̀ sí i. Wá àwọn àlàyé sí i nínú àkọlé **"Àwọn Ìbéèrè Olùkàwé, Àwọn Ìjíròrò Kárí Ayé, àti Ilé-ẹ̀kọ́ Ìdáǹdè"**

A ti gbà á kúrò lọ́wọ́ Agbára Òkùnkùn ti di ìwé àti ìṣíkiri—kíláàsì kárí ayé níbi tí Ẹ̀mí Mímọ́ ti jẹ́ Olùkọ́ni àti Kristi ni Ẹ̀kọ́ náà.

— Ambassador Monday O. Ogbe

Oludasile, **God's Eagle Ministries (GEM)**
, Olootu, *Ti a gba kuro ninu Agbara Okunkun — Atunse ati Atunse Afikun (2025)*

Orí Kìíní - Àsálà Mi sí "Ìgbésí Ayé Tuntun"

(Àtúnse Tí A Gbé Kalẹ̀ 2025 – Pẹ̀lú Àwọn Ìmọ̀ àti Àlàyé Olóòtú)

"Tọ́ ọmọdé ní ọ̀nà tí yóò tọ̀: nígbà tí ó bá dàgbà, kì yóò kúrò nínú rẹ̀" (Òwe 22: 6).

Ìtàn iṣẹ́ Ọlọ́run nìyí - alágbára, ìyanu àti ohun ìjìnlẹ̀ - ní ìgbọràn sí àṣẹ tí JESU KRISTI sọ fún mi pé: "Lọ kí o sì jẹ́rìí ohun tí mo ti ṣe fún ọ."

(Àkíyèsí Olóòtú – Ìmúdàgbàsókè 2025: Ìwé náà bẹ̀rẹ̀ pẹ̀lú ìgbọràn tààrà sí ìpè Kristi láti jẹ́rìí – Máàkù 5:19 . Gbogbo ẹ̀rí jẹ́ ohun ìjà lòdì sí òkùnkùn – Ìfihàn 12:11.)

Ènìyàn sábà máa ń ronú nípa àjálù gẹ́gẹ́ bí ìṣe àyànmọ́ àti pé a kò lè ṣe ohunkóhun láti yí àwọn ìṣẹ̀lẹ̀ ìgbésí ayé wa padà. Dé ìwọ̀n kan èyí jẹ́ òótọ́. Nínú ọ̀ràn ọmọ Ọlọ́run, ìgbésí ayé rẹ̀ ni a ti ṣètò (Òwe 16: 9). Yálà ètò náà ṣẹ tàbí bẹ́ẹ̀ kọ́ sinmi lórí ọ̀pọ̀lọpọ̀ nǹkan, ìbáṣepọ̀ ẹni náà pẹ̀lú Ọlọ́run, ojú ìwòye rẹ̀ nípa ète pàtàkì ìgbésí ayé, àti àyíká àwùjọ àti ẹ̀mí tí ó rí ara rẹ̀.

(Ìmọ̀ nípa Ẹ̀mí: Ìṣàkóso Ọlọ́run kì í fagilé ẹ̀rù iṣẹ́ ènìyàn. Ìbáṣepọ̀ pẹ̀lú Ìfẹ́ Rẹ̀ ni ohun tí ó ń sọ ètò kan di àyànmọ́.)

Àwọn nǹkan mìí tó wà níta ló ń kojú ìgbésí ayé rẹ. Ìṣòro náà máa ń dé nígbà tí o bá fi ìfẹ́ rẹ sílẹ̀ ní ọ̀nà kan tàbí òmíràn, fún rere tàbí búburú. O lè nífẹ̀ẹ́ tàbí kórìíra. O lè fẹ́ lóye tàbí kí o má lóye rẹ̀. Ìfẹ́ láti gbọ́ràn ni agbára tó ga jùlọ ti Kristẹni tuntun, nígbà tí ìfẹ́ láti ṣàìgbọràn ni agbára ìparun tó ga jùlọ ti ẹlẹ́ṣẹ̀.

Ọmọdé tí a bá fi sílẹ̀ nìkan ní ayé, agbára méjì ló ń darí rẹ̀: rere tàbí búburú, rere tàbí búburú, Ọlọ́run tàbí èṣù. Gbogbo ènìyàn ló ní ìpèníjà láti ọ̀dọ̀ agbára méjì yìí, olúkúlùkù sì gbọ́dọ̀ yan ìgbésí ayé tí ó gbọ́dọ̀ gbé. Mo sì gbàgbọ́ pé ìyẹn ni ohun tí Bíbélì sọ: "Tọ́ ọmọ ní ọ̀nà tí ó yẹ kí ó tọ̀, nígbà tí ó bá sì dàgbà , kì yóò kúrò nínú rẹ̀." Ìwọ yóò gbà pé ẹni tí ó fẹ́ràn jùlọ àti ẹni tí ó sún mọ́ ọkàn ọmọdé ni ìyá rẹ̀. Ọmọ aláìníbaba jẹ́ ọmọ tí kò ní ìtẹ́lọ́rùn, ó sì fara hàn sí ìkọlù Èṣù ju àwọn ọmọ tí ó ní òbí lọ. Ìyá jẹ́ olùdáàbòbò ara àti ẹ̀mí ṣùgbọ́n ó di ìbànújẹ́ méjì nígbà tí àwọn òbí méjèèjì bá sọnù, pàápàá jùlọ nínú àwọn ipò tí ó jẹ́ ohun ìjìnlẹ̀.

(Àyíká Àṣà: Ní ọ̀pọ̀lọpọ̀ àwọn abúlé Áfíríkà, a máa ń wo àwọn ọmọ aláìníbaba gẹ́gẹ́ bí ẹni tí a lè fojú sí fún ẹ̀sùn àjẹ́ tàbí ìkọlù ẹ̀mí nítorí wọn kò ní ààbò àti ààbò ogún.)

Ìtàn mi bẹ̀rẹ̀ ní ọdún méjìlélógún sẹ́yìn ní abúlé kékeré kan tí a ń pè ní **Amerie Irigbu Ohun èlò Ozu** ní **Ìjọba Ìbílẹ̀ Bende, Ìpínlẹ̀ Imo.** Àwọn òbí mi kò sí lára àwọn ọlọ́rọ̀, ṣùgbọ́n bàbá mi ní àǹfààní láti jogún ilẹ̀ tó tó 42 hektari láti ọ̀dọ̀ bàbá àgbà mi, ìbùkún tí ó ti mú ìbànújẹ́ tó ga jùlọ wá lónìí nínú ìtàn ìdílé. Àwọn ìbátan rẹ̀ tó jìnnà réré àti tó sún mọ́ mi ń jowú bàbá mi gidigidi fún àwọn ìdí tí mi ò mọ̀, bóyá nítorí ogún ilẹ̀ rẹ̀ tó pọ̀.

Abia òde òní . A mọ̀ agbègbè yìí fún ogún ìdílé tó jinlẹ̀ àti ìdíje ilẹ̀ tó máa ń tàn kálẹ̀ sí àwọn ìwà ìgbẹ̀san ìjìyà.)

Ìdílé aláyọ̀ ni wá, àwọn òbí mi sì ní mẹ́rin lára wa: Ìfẹ́, Margaret, Emmanuel àti Chinyere. Lẹ́yìn tí mo bí àwọn ọmọbìnrin méjì àkọ́kọ́, àwọn òbí mi dúró fún ọdún mẹ́rìnlá kí wọ́n tó bí mi (ọmọkùnrin kan ṣoṣo) àti lẹ́yìn náà àbúrò mi obìnrin Chinyere. Èyí mú ayọ̀ gidi wá fún ìdílé náà, ṣùgbọ́n ayọ̀ yìí kò pẹ́ tó bí ìṣẹ̀lẹ̀ àkọ́kọ́ ṣe ṣẹlẹ̀. Ìyá mi tó fẹ́ràn àti tó bìkítà kú. Wọ́n sọ pé ó kú nítorí iṣẹ́ àjẹ́, ní ọdún mẹ́rin lẹ́yìn náà baba mi kú, lẹ́ẹ̀kan sí i nípasẹ̀ iṣẹ́ juju tó kan òun. Ní ọdún méjì lẹ́yìn ikú àwọn òbí méjèèjì, àbúrò mi obìnrin, Love, pòórá lọ́nà àṣírí, Margaret, ọmọbìnrin kejì àwọn òbí mi sì di aláìláàánú. Ó jẹ́ ẹ̀wọ̀n ìbànújẹ́ nínú ìgbésí ayé ìdílé onírẹ̀lẹ̀ àti aláyọ̀.

(Ìrònú Ẹ̀mí: Ìlara ìran àti ègún ilẹ̀ jẹ́ ibi tí ó wọ́pọ̀ fún ìkọlù ẹ̀mí èṣù – Jákọ́bù 3:16 "Nítorí níbi tí owú àti ìfẹ́kúfẹ̀ẹ́ bá wà, níbẹ̀ ni rúdurùdu àti iṣẹ́ búburú gbogbo wà.")

Wọ́n rán èmi àti àbúrò mi obìnrin Chinyere lọ sí ọ̀dọ̀ àwọn òbí wa àgbà. Níbẹ̀ ni mo ti parí ẹ̀kọ́ alákọ̀ọ́bẹ̀rẹ̀ mi, wọ́n sì gbà mí sí Ilé-ẹ̀kọ́ Gíga Item. Mo ka ìwé títí di Kíláàsì Kẹta mo sì fi ilé-ẹ̀kọ́ sílẹ̀ nítorí àìsí owó fún owó àti bẹ́ẹ̀ bẹ́ẹ̀ lọ. Kò pẹ́ lẹ́yìn náà, àwọn òbí mi àgbà náà kú pẹ̀lú. Lẹ́yìn gbogbo ayẹyẹ ìsìnkú, ìbátan mi kan tí a kò mọ̀ kó àbúrò mi obìnrin Chinyere jọ, títí di òní yìí, mi ò mọ ibi tí ó wà. Ìwà ìkà líle koko mú kí n padà sí ilé baba mi, kí n sì máa gbé níbẹ̀ ní ọmọ ọdún mẹ́tàlá. Báwo ni ọmọ ọdún mẹ́tàlá ṣe ń bọ́ ara rẹ̀ lááàrín àwọn ọ̀tá baba rẹ̀ àti àwọn ọ̀tá rẹ̀? Ẹrù mi bà mí gan-an! Ó dà bíi pé àwọn ìṣẹ̀lẹ̀ wọ̀nyí ti mú mi dé òpin ìgbésí ayé tó dára. Ǹjẹ́ ẹnikẹ́ni wà tó bìkítà? Ǹjẹ́ ẹnikẹ́ni wà tó ń ṣàníyàn nípa "ìbànújẹ́ ọmọdékùnrin kékeré?"

(Àkíyèsí nípa Ọpọlọ: Ìwà ọmọ aláìníbaba ní ìbẹ̀rẹ̀ lábẹ́ ìkórìíra ń dá ẹ̀mí ìkọ̀sílẹ̀ àti ìbẹ̀rù tí ọ̀tá máa ń lò nígbà tó bá yá nípasẹ̀ àwọn ìfilọ́lẹ̀ ààbò àti agbára èké.)

Lọ́jọ́ kan mo pàdé ọ̀rẹ́ kan tí mo mọ̀ nígbà tí mo wà ní ilé ìwé alákọ̀ọ́bẹ̀rẹ̀ tí orúkọ rẹ̀ ń jẹ́ **Chinedum Ọ̀wúkẹ̀ .** Chinedum fẹ́ràn mi gan-an, nígbà tí ó gbọ́ gbogbo ohun tó ṣẹlẹ̀, ó mú mi lọ sọ́dọ̀ àwọn òbí rẹ̀, wọ́n sì gbà mí tọwọ́tẹsẹ̀, wọ́n sì gbà mí gẹ́gẹ́ bí ọmọ kejì. Ìgbésí ayé padà sí bí ó ti yẹ. Wọ́n tọ́jú mi dáadáa. Inú mi dùn lẹ́ẹ̀kan sí i: lẹ́yìn náà ni mo wá mọ̀ pé Ọlọ́run tí ìyá mi gbàdúrà sí nígbà tí ó wà láàyè wà láàyè níbì kan, nítorí náà ó ti fún mi ní àwọn òbí tuntun, nítorí náà mo rò nínú ọkàn mi. Mo gbádùn oore yìí fún nǹkan bí ọdún méjì, lẹ́yìn náà ni èṣù tún kọlu mi.

Chinedum àti àwọn òbí rẹ̀ ń rìnrìn àjò lọ sí Umuahia, ọkọ̀ wọn sì pàdé ọkọ̀ títà kan tó ń gbé laterites. Chinedum àti àwọn òbí rẹ̀ kú lójúkan náà! Nígbà tí mo gbọ́ ìròyìn náà , mo ṣubú lulẹ̀. Ó sàn kí n ronú nípa ìbànújẹ́ mi. Mo yege títí di ìgbà ìsìnkú náà, mo ń fún àwọn tó ń se oúnjẹ ní igi ìdáná àti iṣẹ́ àṣekára: lẹ́yìn èyí ni mo padà sí ilé baba mi, mo sì bẹ̀rẹ̀ sí í ṣe iṣẹ́ kékeré láti lè jẹun.

(Ìrònú Olóòtú: Àdánù tó ń wáyé leralera máa ń fa ìpalára tí àwọn agbára òkùnkùn sábà máa ń lò láti fi mú ọkàn kan jáde nípasẹ̀ ìbínú tàbí ìfẹ́kúfẹ̀ẹ́.)

Mo tẹ̀síwájú láti máa ṣe iṣẹ́ àṣejù ní oko, nínú ọgbà, láti máa lọ pẹja pẹ̀lú àwọn àgbà títí di ọjọ́ kan, ọkùnrin kan láti ilé mi gbà mí síṣẹ́ láti ṣiṣẹ́ ní oko rẹ̀ fún 50k. Ní oko náà, ó béèrè ọ̀pọ̀ ìbéèrè lọ́wọ́ mi. Àkọ́kọ́, ó ní kí n fi ilẹ̀ baba mi hàn án; èkejì, láti fi irú ilẹ̀ bẹ́ẹ̀ fún ọkùnrin kan, láìka bí ó ṣe jẹ́ ìbátan tó. Ní gbogbo ọ̀ràn náà, mo tako, ó sì bínú. Lẹ́yìn náà, ó búra láti pa mí nínú igbó. Ẹ̀rù bà mí, mo sì sáré, mo sì kígbe fún ìrànlọ́wọ́. Ó bani nínú jẹ́ pé, nítorí pé agbègbè náà jìnnà sí igbó, kò sí ẹni tó wá ṣùgbọ́n ìrànlọ́wọ́ wá láti ọ̀dọ̀ Ọlọ́run. Ó lépa mi pẹ̀lú ọ̀bẹ rẹ̀, ṣùgbọ́n nítorí pé mo kéré sí i, mo yára jù fún un, mo sì ṣubú sínú ihò kan tó tó mítà 1.82, koríko inú rẹ̀ sì bò ó mọ́lẹ̀. Ó wá mi kiri, lẹ́yìn ìgbà díẹ̀, ó juwọ́ sílẹ̀. Nígbà tó yá, mo jìjàkadì láti inú ihò náà, mo sì padà sí abúlé náà ní ọ̀nà mìíràn. Mo ròyìn ìṣẹ̀lẹ̀ náà fún àwọn àgbà ní ilé náà, ṣùgbọ́n wọn kò gbé ìgbésẹ̀ kankan - ìṣòro tí àwọn ọmọ aláìní baba ń ní.

(Àkíyèsí Ìtàn: 50 kobo ní ọdún 1970. Nàìjíríà jẹ́ ìdajì naira kan – kò tó mẹ́wàá owó US senti lónìí – tó fi ìwọ̀n òṣì tó wà ní àsìkò yẹn hàn.)

Ìṣẹ̀lẹ̀ yìí dá ìkórìíra gidi sílẹ̀ ní ọkàn mi kékeré; kò sí ẹni tí ó fẹ́ràn mi, kò sí ẹni tí ó bìkítà. Mo ronú nínú ọkàn mi ìdí tí ẹnikẹ́ni yóò fi fẹ́ pa mí nítorí pé mi ò ní òbí. Ìgbésí ayé kún fún ìbànújẹ́. Nísinsìnyí mo mọ̀ pé Ọlọ́run nínú ìfẹ́ Rẹ̀ kò jẹ́ kí Bìlísì dámọ̀ràn ìpara ara rẹ̀ fún mi.

Mo yípadà sí Ìjọ mo sì di ọmọ ìjọ Assemblies of God ní abúlé mi (mo ṣì wà níbẹ̀) ṣùgbọ́n ó ṣeni láàánú pé kò sí ẹni tó bìkítà kódà nígbà tí àwọn ọmọ ìjọ kan mọ̀ nípa mi. Ó ṣe pàtàkì láti kíyèsí pé mo di ọmọ ìjọ náà láì mọ Jésù Kristi. Mi ò mọ ohun tí ó túmọ̀ sí láti di ẹni tí a tún bí. Tí o bá wà nínú Ìjọ Jésù Kristi tí o sì rí ara rẹ nínú ipò tí mo rí ara mi, fi ẹ̀mí rẹ fún Olúwa Jésù Kristi. Ìwé Mímọ́ sọ pé: "Jẹ́ kí Ó ní gbogbo àníyàn àti àníyàn wa, nítorí Ó ń ronú nípa rẹ nígbà gbogbo ó sì ń wo gbogbo ohun tí ó kàn ọ́" (1 Pétérù 5: 7 – Májẹ̀mú Tuntun Tí Ń Gbé Ayé).

(Àkíyèsí Ẹ̀kọ́: Ìbáṣepọ̀ ní ìjọ kìí ṣe ìgbàlà. Ìgbàlà jẹ́ àtúnbí ara ẹni nípasẹ̀ ìgbàgbọ́ nínú Kristi – Jòhánù 3: 3–7.)

Láàrín gbogbo ìpọ́njú àti ìjìyà wọ̀nyí, ALICE farahàn! Alice jẹ́ ọmọbìnrin tí mo mọ̀ nígbà tí mo wà ní ilé-ẹ̀kọ́ alákọ̀ọ́bẹ̀rẹ̀. Ó ju ọmọ ọdún márùn-ún lọ, ó sì wá láti abúlé kan náà. A wà ní kíláàsì kan náà, a jókòó sórí àga kan náà, a sì di ọ̀rẹ́ gidigidi. Pẹ̀lú ìfẹ́ ìgbà ọmọdé yìí, a ṣèlérí 'láti ṣe ìgbéyàwó' nígbà tí a bá dàgbà. Ó jẹ́ ohun ìyanu! Ọmọ ọdún mọ́kànlá nígbà náà, láìní òbí, kò sí ẹ̀kọ́, kò sí oúnjẹ láti jẹ, ó ń ṣèlérí ìgbéyàwó pẹ̀lú ọmọbìnrin ọmọ ọdún márùn-ún tí ó ga jù ú lọ! Nígbà tí ó yá, Alice lọ sí Akure fún ẹ̀kọ́ girama rẹ̀, ó sì fi ọ̀pọ̀lọpọ̀ lẹ́tà 'ìfẹ́' ránṣẹ́ sí mi.

Nígbà tí mo tún pàdé Alice, mo jẹ́ ọmọ ọdún mẹ́ẹ̀ẹ́dógún, ó sì jẹ́ ọmọ ogún ọdún. Ó ti parí ẹ̀kọ́ rẹ̀ ní ilé-ẹ̀kọ́ girama, ó sì ń ṣiṣẹ́ pẹ̀lú Standard Bank Lagos (tí a mọ̀ sí First Bank báyìí), níbi tí àwọn òbí rẹ̀ ń gbé.

Nítorí pé Alice mọ ìtàn àtilẹ̀wá mi àti ìṣòro mi, ó lo àǹfààní náà. Ó ní kí n dara pọ̀ mọ́ òun ní Èkó, ó sì fún mi ní àdírẹ́sì ilé rẹ̀ pẹ̀lú N50 (Naira: Owó Orílẹ̀-èdè Nàìjíríà)! Ọ̀rọ̀ ńlá ni èyí jẹ́ fún ọmọdékùnrin ọlọ́dún mẹ́ẹ̀ẹ́dógún kan tí kò rí owó tó tó N2 lójúmọ́! Mánà láti ọ̀run ni èyí, èyí sì túmọ̀ sí pé Èkó gbọ́dọ̀ jẹ́ ibi àgbàyanu pẹ̀lú owó púpọ̀ àti àwọn nǹkan rere ìgbésí ayé fún gbogbo ènìyàn láti gbádùn. Lẹ́yìn náà, mo gbọ́dọ̀ lọ sí Èkó láti ṣe owó ara mi kí n sì ní ọrọ̀ pẹ̀lú. Lílọ sí Èkó sí ọkàn mi ni ọ̀nà àsálà kan ṣoṣo tí mo lè gbà. Sá àsálà kúrò lọ́wọ́ àwọn ọ̀tá bàbá mi, sá àsálà kúrò lọ́wọ́ àwọn ọ̀tá mi, sá àsálà kúrò lọ́wọ́ ebi àti gbogbo ìṣòro mi. Sá àsálà! Sá àsálà! Bẹ́ẹ̀ni, sá àsálà kúrò lọ́wọ́ gbogbo ohun búburú!!!

(Ìrònú Olóòtú: "Àsálà" di kókó ọ̀rọ̀ ẹ̀mí ní gbogbo ẹ̀rí yìí — igbe aráyé láti sá fún ìrora, kí ó tó wá ṣe àwárí pé òmìnira láìsí Kristi ń darí sí ìdè jíjìn. Àsálà tòótọ́ wà nínú Jésù Kristi nìkan.)

Àwọn Kọ́kọ́rọ́ Ìdáǹdè láti Orí 1

- Ètò Ọlọ́run fún ìgbésí ayé rẹ ṣì wà títí di ìgbà tí ìbànújẹ́ bá dé.
- Ìkorò ṣí ìlẹ̀kùn sí ìdè; ìdáríjì ṣí ìlẹ̀kùn sí òmìnira.
- Wíwá sí ìjọ láìsí àtúnbí kò ní àabò kankan.
- Gbogbo ìgbìyànjú láti "sá" lóde Kristi di ìdẹkùn ọ̀tá.

Àdúrà Ìrònú

Oluwa Jesu, o ṣeun fun iwọ ti ko fi mi silẹ paapaa ninu ijiya. Mo fi gbogbo irora ti o farasin, gbogbo ibẹru, ati gbogbo igbiyanju lati sa kuro laisi Rẹ silẹ. Gba mi kuro ninu gbogbo egún iran ki o si dari mi sinu ero Rẹ. Amin.

Orí Kejì – Ìbẹ̀rẹ̀

(Àtúnse Tí A Gbé Kalẹ̀ 2025 — Àwọn àlàyé kúkúrú)

« Ọ̀nà kan wà tí ó dàbí ẹni tí ó tọ́ fún ènìyàn, ṣùgbọ́n òpin rẹ̀ ni ọ̀nà ikú. » Owe 14:12
« Ṣùgbọ́n àwọn ènìyàn búburú dàbí òkun tí ó ń rú, nígbà tí kò lè sinmi, omi rẹ̀ sì ń tú ẹrẹ̀ àti erùpẹ̀ jáde. Kò sí àlàáfíà, ni Ọlọ́run mi wí fún àwọn ènìyàn búburú. » Isaiah 57:20-21

(Ìjìnlẹ̀ òye: Àwọn ẹsẹ wọ̀nyí ṣe àkójọ orí náà—ohun tí ó dàbí "ìrànlọ́wọ́" àti "òmìnira" lẹ́yìn Kristi jẹ́ ọ̀nà sí ìsìnrú àti rúkèrúdò. Wo Jòhánù 8:44; Jòhánù 10:10.)

Ìgbésí ayé lóde Jésù Kristi sì rí gẹ́gẹ́ bí Ìwé Mímọ́ tó wà lókè yìí. Mo fi abúlé mi sílẹ̀ pẹ̀lú N50 àti àdírẹ́sì tí Alice fún mi, mo sá lọ sí òmìnira, òmìnira, ìgbádùn àti gbogbo ohun tó bá wọn mu: ṣùgbọ́n bí o ṣe máa rí i nígbà tó bá yá, ó jìnnà sí ohun tí mo ti rò nínú ọkàn mi kékeré. Nígbà tí mo dé ìlú Èkó, ó lẹ́wà gan-an lójú mi, mo sì fi wé Ọrun, ohunkóhun tí Ọ̀run bá rí. Mo rí gbogbo àwọn ilé gíga àti ẹlẹ́wà wọ̀nyẹn, mo sì rí ayọ̀ lójú kọ̀ọ̀kan (mo rò bẹ́ẹ̀). Àwọn ènìyàn fara hàn pé wọ́n ń ṣe iṣẹ́ wọn lọ́wọ́, olúkúlùkù wọn ń ṣe iṣẹ́ tirẹ̀. Inú mi dùn gan-an, mo sì sọ fún ara mi pé, "Mo ti mọ̀ pé mo ti di òmìnira báyìí!

(Àkíyèsí ìtàn: Ní ìparí ọdún 1970, Èkó—olú ìlú Nàìjíríà nígbà náà—sọ̀rọ̀ nípa aásìkí àti ìgbàlódé. Ọ̀pọ̀ ọ̀dọ́langba ìgbèríko ṣí lọ síbẹ̀, èyí sì sọ ìlú náà di ibi tí àwọn ìjọ àti àwọn ẹgbẹ́ òkùnkùn ti ń pamọ́ sí.)

Mo dé Akintola Road, Victoria Island, Alice àti àwọn òbí rẹ̀ sì gbà mí tọwọ́tọwọ́. Àwọn òbí náà mọ̀ mí àti ìdílé mi nítorí pé a ti wá láti abúlé kan náà, ṣùgbọ́n wọn kò mọ̀ nípa ìbáṣepọ̀ mi pẹ̀lú ọmọbìnrin wọn. Alice wá fi mí hàn wọ́n gẹ́gẹ́ bí ọkùnrin tí ó ti 'yàn' láti fẹ́. Àwọn òbí náà yà lẹ́nu ṣùgbọ́n lẹ́yìn ìjíròrò díẹ̀ pẹ̀lú rẹ̀, wọ́n gbà láti fi àdéhùn pé kí wọ́n tẹ̀síwájú ẹ̀kọ́ mi. Alice kọ̀ láti fún mi ní àǹfààní láti máa gbé pẹ̀lú rẹ̀ ní ilé tirẹ̀. Àwọn òbí náà kò lè gbà èyí ṣùgbọ́n ó tẹnumọ́ ọn. Wọ́n ní àríyànjiyàn tó lágbára fún ọjọ́ mẹ́rin, lábẹ́ agbára tí a kò ṣàlàyé, wọ́n gbà, mo sì kó lọ sí ọ̀dọ̀ Alice.

(Àmì òye: Ìfúnni àfọwọ́ṣe + "Ìpa tí a kò ṣàlàyé" jẹ́ àmì ìṣàkóṣo ẹ̀mí. Wo Galatia 3:1; 2 Korinti 11:3.)

Alice, ọmọbìnrin kan tó lẹ́wà gan-an, sọ fún mi pé oníṣirò owó ni òun ní Standard Bank àti pé òun yóò sọ mí di ọlọ́rọ̀, yóò sì fún mi ní gbogbo ohun tí mo nílò ní ayé yìí, ó sì wí pé: "Kàn jókòó kí o sì gbádùn ara rẹ!" Èrò mi àkọ́kọ́ nípa Èkó jẹ́ òótọ́ nígbẹ̀yìn; ní oṣù díẹ̀ sẹ́yìn , mo wà ní ilé kékeré kan ní abúlé kékeré kan tí ìkórìíra, ebi àti ìjìyà yí ká, mo sì wà níbí, mo ń gbé ní ìlú ńlá kan, nínú ilé tí a ṣe lọ́ṣọ̀ọ́ dáradára pẹ̀lú "ìyàwó" arẹwà kan tí ó ti ṣèlérí láti fún mi ní gbogbo ohun tí ayé lè fúnni. Ó fún mi ní ẹ̀bùn, owó, aṣọ, 'ìfẹ́' àti bẹ́ẹ̀ bẹ́ẹ̀ lọ. Mi ò mọ̀ pé ayé kún fún àwọn " ohun rere" wọ̀nyí . Èṣù jẹ́ ẹlẹ́tàn ní tòótọ́! Ìwé Mímọ́ sọ ní òótọ́ pé: "Olè kì í wá bí kò ṣe láti jalè, láti pa àti láti parun. Ọmọ ènìyàn nìkan (JÉSÙ KRISTI) ló lè fúnni ní ìyè kí ó sì fúnni ní ọ̀pọ̀lọpọ̀" (Jòhánù 10:10). Olùkàwé ọ̀wọ́n, Èṣù kò ní ẹ̀bùn ọ̀fẹ́! Ohunkóhun tí ó bá fún ọ jẹ́ fún pàṣípààrọ̀ pẹ̀lú ọkàn rẹ. Ipo ayọ yii ko pẹ rara, nitori lẹhin akoko oṣu mẹta awọn nkan ajeji bẹrẹ si n ṣẹlẹ.

(Ọ̀fin ẹ̀mí: "Àwọn ẹ̀bùn" Sátánì ló ń dá gbèsè sílẹ̀ (ẹrú). Ẹ̀bùn Jésù ló ń dá òmìnira sílẹ̀ (oore-ọ̀fẹ́). Róòmù 6:23; Éfésù 2:8–9.)

Àwọn Ìrírí Àdììtú

Ní alẹ́ ọjọ́ kan, mo jí ní òru, mo sì rí boa-constrictor lẹ́gbẹ̀ẹ́ mi. Mo fẹ́ kígbe ṣùgbọ́n mi ò lè ṣe bẹ́ẹ̀. Ní àwọn alẹ́ kan, mo máa ń jí láti rí òkú Alice tó hàn kedere bí àpò cellophane. Ní àwọn alẹ́ kan, ó máa ń pòórá, ó sì tún máa ń fara hàn. Ní àwọn alẹ́ kan, mo máa ń gbọ́ ìró àjèjì tàbí ijó ní yàrá ìgbàlejò àti bẹ́ẹ̀ bẹ́ẹ̀ lọ. Mi ò lè fara da àwọn ìṣẹ̀lẹ̀ ẹ̀rù wọ̀nyí mọ́, nítorí náà mo pinnu láti bi í, ìhùwàsí àkọ́kọ́ sì ni ìwà ipá àti ìkìlọ̀ tó lágbára. Ó ní: "Má ṣe tún béèrè ìbéèrè yìí lọ́wọ́ mi mọ́, bí bẹ́ẹ̀ kọ́, màá bá ọ sọ̀rọ̀."

(Àwọn Ìfarahàn: Àìlera ara, àwọn ìtànjẹ tí ń yí padà sí ìrísí, àti ìgbòkègbodò àwọn onímọ̀ nípa poltergeist wọ́pọ̀ nínú ìnilára àwọn ẹ̀mí èṣù. Lúùkù 4:33–36; Máàkù 9:17–27.)

Láti ìgbà náà ni mo ti mọ̀ pé ẹ̀mí mi wà nínú ewu. Lẹ́yìn náà ni mo fi ìyà tó wà ní abúlé náà ṣe pàtàkì ju ohun tí mo wá rí lọ. Mo bẹ̀rù rẹ̀. Ọjọ́ méjì kọjá, ó wá pẹ̀lú ẹ̀rín músẹ́, ẹ̀bùn, ó sì dì mọ́ mi. Ó sọ fún mi bí ó ṣe nífẹ̀ẹ́ mi tó àti bí ó ṣe bìkítà fún mi tó, ó sì rọ̀ mí láti má bẹ̀rù, ó sì ṣèlérí láti ṣàlàyé àwọn nǹkan fún mi nígbà tó bá yá. Ó mú mi lọ sí ilé ìtura alẹ́ kan, níbẹ̀ ló sì rán mi létí ìlérí rẹ̀ láti sọ mí di ọlọ́rọ̀ àti bẹ́ẹ̀ bẹ́ẹ̀ lọ, ó sì sọ fún mi pé: "Ní ọjọ́ kan, ìwọ yóò mọ gbogbo ohun tí mo mọ̀!" A padà wá, ìgbésí ayé sì ń bá a lọ gẹ́gẹ́ bí ó ti wà láàárín wa. Ní inú, mo mọ̀ pé mo wà nínú ewu, ṣùgbọ́n báwo ni mo ṣe lè sá àsálà, àti níbo ni màá sá lọ? Ó ṣe pàtàkì láti kíyèsí níbí pé àwọn òbí Alice kò mọ̀ pé ọmọbìnrin wọn, bó tilẹ̀ jẹ́ pé ó kéré, ní ìlọ́wọ́ nínú ìjìnlẹ̀ àti ẹ̀mí, ó sì kìlọ̀ fún mi gidigidi pé kí n má sọ fún wọn bí mo bá fẹ̀ràn ìgbésí ayé mi. Olùkàwé ọ̀wọ́n, ṣé o lè fojú inú wo ọmọbìnrin ọmọ ogún ọdún kan tó ń ṣe gbogbo nǹkan wọ̀nyí? Ayé òde rí i gẹ́gẹ́ bí ọmọbìnrin arẹwà àti aláìléwu tó ń ṣiṣẹ́ pẹ̀lú Báǹkì ńlá kan, ṣùgbọ́n òun ni aṣojú èṣù. Ọ̀pọ̀lọpọ̀ àwọn Alice ló wà láyé lónìí gẹ́gẹ́ bí ẹ ó ṣe rí i nígbà tó bá yá nínú ìwé yìí.

(Ìkìlọ̀ fún àwọn ìdílé: Àṣírí àti ìhalẹ̀mọ́ni nípa ẹ̀rù ("má ṣe sọ tàbí bẹ́ẹ̀ kọ́") jẹ́ àmì àbùkù. Àwọn òbí/olùtọ́jú—dúró ní ti ẹ̀mí àti ní ìṣeéṣe. 1 Pétérù 5:8.)

Àwárí Ẹ̀rù

Ní ọjọ́ kan, lẹ́yìn tí ó ti lọ sí ibi iṣẹ́, mo pinnu láti wá ilé náà kiri. Bí ó tilẹ̀ jẹ́ pé ó kéré, ilé náà ní àwọn ohun èlò tó dára. Ó ní fìríìjì mẹ́rin, nígbà tí mo ṣí ọ̀kan, mo rí agbárí ènìyàn, àwọn ẹ̀yà ara ènìyàn tó yàtọ̀ síra tí wọ́n sì gbẹ. Nínú àjà ilé náà ni egungun wà. Ní igun mìíràn ti ọ̀kan lára àwọn yàrá náà, mo rí ìkòkò omi kan (ohun tí mo mọ̀ sí 'yàrá ìyẹ̀wù') tí ó kún fún ẹ̀jẹ̀ àti igi kékeré kan ní àárín ìkòkò náà, igbó kan àti aṣọ pupa kan lẹ́gbẹ̀ẹ́ rẹ̀. Mi ò lè tẹ̀síwájú mọ́. Nísinsìnyí mo ti mọ̀ pé mo ti kú, nítorí pé mi ò ní ibi tí mo lè sá lọ. Mo fi ẹ̀mí mi lé ohunkóhun tó bá dé, ìyè tàbí ikú, mo sì pa ètè mi mọ́. Alice padà dé láti ibi iṣẹ́, láti bí ó ṣe ń wò mí, mo mọ̀ pé ní ọ́fíìsì rẹ̀, ó mọ ohun tí mo ń ṣe nílé.

(Ẹ̀rọ ìjìnlẹ̀: "Ìkòkò ẹ̀jẹ̀ pẹ̀lú igi alààyè" = pẹpẹ fún fífún/tún àwọn májẹ̀mú ṣe. Calabash/aṣọ pupa = àwọn ohun èlò/ìdìmú ìsìn. Esekieli 8; Orin Dafidi 16:4.)

Pàdé pẹ̀lú Ayé Àwọn Ajẹ́jẹ̀ẹ́

ní ọjọ́ kejì, ó ní kí n tẹ̀lé e lọ sí ìpàdé kan. Mo ti di ẹlẹ́wọ̀n tẹ́lẹ̀, mi ò sì ní àṣàyàn kankan. A lọ sí ilé ńlá kan ní ẹ̀gbẹ́ ìlú Èkó. Nígbà tí mo dé (ilé náà ní gbọ̀ngàn ìpàdé lábẹ́ ilẹ̀), Alice pàṣẹ fún mi láti wọlé sẹ́yìn. Mo gbọ́ràn, mo sì wọlé pẹ̀lú ẹ̀yìn mi, òun náà ṣe bẹ́ẹ̀. Gbọ̀ngàn náà tóbi tó bẹ́ẹ̀ tí nǹkan bí 500 ọ̀dọ́mọkùnrin àti obìnrin jókòó ní àyíká, ọkùnrin kan sì jókòó lókè wọn tí orí rẹ̀ kò ṣeé rí láìsí ara, gẹ́gẹ́ bí Aṣáájú. Àwọn kan lára àwọn ọ̀dọ́ wọ̀nyí jẹ́ akẹ́kọ̀ọ́, àwọn ọmọ ilé-ẹ̀kọ́ gíga, àwọn tó jáde ilé-ẹ̀kọ́ gíga, àwọn olùkọ́ àti bẹ́ẹ̀ bẹ́ẹ̀ lọ. Alice tẹ bọ́tìnì kan lórí ògiri, ìjókòó kan sì jáde láti ilẹ̀, mo sì jókòó. Ó ṣe bẹ́ẹ̀ náà, òmíràn sì jáde wá fún un, ó sì jókòó. Ó mú mi wá sí ìjọ gẹ́gẹ́ bí ọmọ ẹgbẹ́ tuntun, wọ́n sì yìn mí, wọ́n sì gbà mí tọwọ́tẹsẹ̀. Wọ́n gbé Alice ga nítorí èyí. Gbogbo ohun tí wọ́n jíròrò nínú ìpàdé náà ni mi ò lóye rí. Nígbà tí a parí rẹ̀, bí a ṣe fẹ́ lọ, Aṣáájú ní kí n padà wá nìkan ní ọjọ́ kejì. Èyí ni ìgbà àkọ́kọ́ tí mo pàdé pẹ̀lú ayé àwọn ajẹ́jẹ̀ẹ́.

(Àkíyèsí: Ìwọ̀lé sí ẹ̀yìn ń fara wé ìyípadà—ìyípadà ìlànà Ọlọ́run tí a mọ̀ọ́mọ̀ ṣe. Isaiah 5:20; 2 Tẹsalóníkà 2:9–10.)

Ní alẹ́ ọjọ́ kan náà, ní agogo méjì òwúrọ̀ (èyí sì ni wákàtí ìpàdé àti iṣẹ́ eléwu tí gbogbo agbára òkùnkùn àti àwọn aṣojú wọn máa ń ṣe), Alice jí mi, ó sì ṣí àwọn nǹkan kan payá fún mi. Ó ní: "Èmi kì í ṣe ènìyàn lásán. Èmi jẹ́ ìdajì ènìyàn àti ìdajì ẹ̀mí ṣùgbọ́n ní pàtàkì ti ẹ̀mí.
Ohun tí o bá rí nínú yàrá mi ni mo máa ń lò nígbà àdúrà mi ní gbogbo òwúrọ̀, kí àwọn ẹ̀mí lè máa darí mi ní gbogbo ọ̀sán. Ní ti egungun, èmi yóò sọ fún ọ nígbà tó bá yá."

(Àkókò: 12–3 òwúrọ̀ sábà máa ń jẹ́ ìgbòkègbodò ìjìnlẹ̀. Àwọn onígbàgbọ́ máa ń ṣọ́ra láti gbàdúrà—Lúùkù 6:12; Ìṣe Àwọn Apọsteli 16:25.)

Mi ò sọ ọ̀rọ̀ kan rí. Ó mú àwọn ìwé kan jáde lórí àwọn ohun ìjìnlẹ̀ ayé fún mi láti kà, pẹ̀lú ọkàn mi tí ó ń wádìí, mo pinnu láti kà wọ́n. Kò pẹ́ tí mo bẹ̀rẹ̀ sí í nífẹ̀ẹ́ sí i, lẹ́sẹ̀kẹsẹ̀ ló rí i pé mo nífẹ̀ẹ́ sí i. Èmi kò mọ̀, ó fi orúkọ mi ránṣẹ́ sí àwùjọ àwọn ajẹ́jẹ̀ẹ́ kan ní Índíà. Gẹ́gẹ́ bí a ti sọ tẹ́lẹ̀, ní ọjọ́ kejì mo padà sí àwùjọ nìkan, mo sì pàdé àwọn mẹ́sàn-án mìíràn àti àwọn ẹlẹ́rìí kan. Wọ́n fẹ́ bẹ̀rẹ̀ iṣẹ́ wa. Wọ́n pè wá sí àárín gbọ̀ngàn náà, wọ́n sì fún wa ní àwọn nǹkan wọ̀nyí:

1. A fi ohun èlò ìpara kan tí ó dà bí putty pa ara wa. Èyí mú kí o jẹ́ ẹ̀yà ara pípé.
2. Wọ́n fún wa ní ago omi bíi epo láti mu. Èyí ló mú kí o lè jẹ́ aṣojú.
3. Wọ́n fi ohun kan tí ó dàbí ẹ̀fọ́ ìbọn pa wá lórí. Èyí mú kí o lè kẹ́kọ̀ọ́ nípa àwọn ohun ìjìnlẹ̀ wọn.
   Èmi náà kò mọ̀, wọ́n ń kọ ayẹyẹ ìbẹ̀rẹ̀ yìí sílẹ̀ ní Índíà, ní ọjọ́ kejì mo sì gba lẹ́tà kan láti ọ̀dọ̀ wọn. Nínú lẹ́tà náà, wọ́n pàṣẹ fún mi láti fi ẹ̀jẹ̀ ara mi ba lẹ́tà náà jẹ́, kí n sì fi ránṣẹ́ sí wọn nípasẹ̀ ọ̀nà tí wọ́n ṣàpèjúwe, kì í ṣe Ọ́fíìsì Ìfiwéránṣẹ́. Mo ṣe bẹ́ẹ̀. Láti ìgbà yìí, kò sí ìyípadà; ìyípadà túmọ̀ sí ikú gẹ́gẹ́ bí wọ́n ti ń rán ènìyàn létí nígbà gbogbo, mo sì mọ̀ pé kò sí ìrètí mọ́ fún mi.

(Òfin ẹ̀mí: Àwọn ìwé tí a fi ẹ̀jẹ̀ fọwọ́ sí ṣiṣẹ́ gẹ́gẹ́ bí ẹ̀tọ́ òfin nínú ẹ̀mí. Ẹ̀jẹ̀ Jésù nìkan ló fagilé irú ẹ̀tọ́ bẹ́ẹ̀. Kólósè 2:14–15; Hébérù 9:14.)

Májẹ̀mú pẹ̀lú Alice
Ní kùtùkùtù òwúrọ̀ kan, ó sọ fún mi pé ayẹyẹ pàtàkì kan wà tí a ó ṣe nílé. Ní agogo méjì òwúrọ̀, ó mú ọmọdébìnrin kan tí ń rákò wá láàyè. Ní ojú mi, Alice lo ìka ọwọ́ rẹ̀ ó sì fa ojú ọmọ náà jáde. Ẹkún ọmọ náà ba ọkàn mi jẹ́. Lẹ́yìn náà, ó pa ọmọ náà sí wẹ́wẹ́, ó sì da ẹ̀jẹ̀ àti ẹran náà sínú àwo kan, ó sì ní kí n jẹ ẹ́. Mo kọ̀. Ó wo mi tààrà, ohun tí ó jáde láti ojú rẹ̀ kò ṣeé ṣàlàyé ní kíkọ. Kí n tó mọ ohun tí ń ṣẹlẹ̀, kì í ṣe pé mo ń jẹ ẹran nìkan ni, mo tún ń lá ẹ̀jẹ̀ náà. Nígbà tí èyí ń ṣẹlẹ̀ , ó sọ pé: "Àdéhùn kan nìyí láàárín wa, o kò ní sọ ohunkóhun tí

o bá rí mi tí mo ń ṣe tàbí ohunkóhun nípa mi fún ẹnikẹ́ni lórí ilẹ̀ ayé. Ọjọ́ tí o bá rú májẹ̀mú yìí, tìrẹ ti lọ." Èyí túmọ̀ sí pé ọjọ́ tí mo bá rú májẹ̀mú yìí ni a ó pa mí.

(Ìtọ́jú àwọn olùṣọ́-àgùntàn: Àyọkà yìí jẹ́ ohun ìbànújẹ́. Tí o bá ń kà á tí o sì ń nímọ̀lára ìpayà tàbí ìbànújẹ́, dúró kí o sì gbàdúrà Sáàmù 91; Fílípì 4:7. Ìpalára máa ń yọrí sí àlàáfíà Kristi.)

Lẹ́yìn ìṣẹ̀lẹ̀ yìí, mo bẹ̀rẹ̀ sí ní ìmọ̀lára àjèjì nínú mi. Mo yípadà, mi ò sì lè ṣàkóso ara mi mọ́. Ìkìlọ̀ kan fún àwọn ìyá. Ṣé o mọ̀ pé ilé rẹ ń ran lọ́wọ́? Báwo ni ìtàn rẹ̀ ṣe rí? Ṣé o fẹ́ mọ gbogbo nǹkan nípa rẹ̀ kí o tó fi ẹ̀mí àwọn ọmọ rẹ àti bẹ́ẹ̀ bẹ́ẹ̀ lọ lé e lọ́wọ́? Báwo ni Alice ṣe gba ọmọ kékeré tí ó pa, o lè béèrè. Nítorí náà, àwọn òbí, ẹ mọ̀ pé ìtàn ilé yín ń ran yín lọ́wọ́.

(Àkíyèsí olùṣọ́-àgùntàn: Àwọn olùtọ́jú ẹranko; máa ṣe ìjíhìn; máa gbàdúrà lórí ilé rẹ lójoojúmọ́. Jobu 1:5; Orin Dafidi 127:1.)

Nígbà tí Alice rí i pé òun ti ṣe àṣeyọrí láti mú kí n kópa nínú ÌṢẸ́ ÀWỌN OHUN ÈLÒ, tí mo sì ń dàgbàsókè kíákíá nínú rẹ̀, ó ní ìtẹ́lọ́rùn, ó sì mọ̀ pé iṣẹ́ òun ti parí. Ó rí ilé kan fún mi, ó ran mí lọ́wọ́ láti ṣe é, lẹ́yìn náà ó já àjọṣepọ̀ náà.

(Ọgbọ́n: Nígbà tí wọ́n bá ti di ẹrú, àwọn olùtọ́jú sábà máa ń "tú" àwọn ọmọ ogun náà sílẹ̀ láti mú kí agbára wọn pọ̀ sí i níbòmíràn.)

Àdéhùn ní Íńdíà

Ẹgbẹ́ ní Delhi, Íńdíà fi lẹ́tà kejì ránṣẹ́ sí mi pé kí n wá sí Íńdíà. Nínú rẹ̀ náà ni wọ́n ti pàṣẹ fún mi láti ṣe àwọn nǹkan wọ̀nyí: "Jẹ ìgbẹ́, jẹ àwọn eku tó ń rùn, àti láti bá àwọn ẹ̀mí lòpọ̀ ní itẹ́ òkú ní alẹ́." Lẹ́yìn tí mo ti mú àwọn nǹkan wọ̀nyí ṣẹ, wọ́n ní kí n má ṣe bá obìnrin kankan lòpọ̀ mọ́ láyé. Mo fi èsì ránṣẹ́ sí lẹ́tà wọn pé mi ò ní ìwé àṣẹ ìrìnàjò, bẹ́ẹ̀ ni mi ò mọ bí mo ṣe lè dé Íńdíà. Ní àkókò yìí , mo ti bẹ̀rẹ̀ sí í ṣe "iṣẹ́ ajé". Mo jẹ́ oníṣòwò gidi, ṣùgbọ́n nítorí agbára wọ̀nyí tí mo ní lẹ́yìn mi, mi ò ní ìṣòro pẹ̀lú àṣà àti bẹ́ẹ̀ bẹ́ẹ̀ lọ.

(Àwọn ìlànà ìbàjẹ́: Májẹ̀mú ẹ̀mí èṣù sábà máa ń béèrè fún àwọn ìṣe àìmọ́ láti ba àwòrán Ọlọ́run jẹ́ nínú ènìyàn àti láti fa ìfẹ́ àdánidá. Róòmù 1:24–28.)

Mo bẹ̀rẹ̀ sí ní owó púpọ̀, oúnjẹ àti ohun èlò kò ṣẹ́kù mọ́. Lọ́jọ́ kan, mo ti ilé mi mo sì jáde; nígbà tí mo padà dé, mo ṣí ilẹ̀kùn, mo sì rí ọkùnrin kan tí ó jókòó ní yàrá ìtura. Ẹ̀rù bà mí. Ó ní: "Ṣé ìwọ kọ́ ni Emmanuel Amos?" Mo ní mo wà níbẹ̀. Ó ní: "Wọ́n rán mi láti wá kó yín lọ sí Íńdíà, nítorí náà, ẹ múra sílẹ̀." Mo ti gbogbo ibi, mo lọ jókòó lẹ́gbẹ̀ẹ́ rẹ̀ lórí ìrọ̀rí tí mo ti múra tán fún àṣẹ tó tẹ̀lé. Ṣùgbọ́n bí mànàmáná, ó fọwọ́ kan mí, a sì pòórá.
Ibìkan tí mo tún rí ara mi ni gbọ̀ngàn ìpàdé ńlá kan ní Delhi, Íńdíà, pẹ̀lú ìjọ ńlá kan tí wọ́n ti jókòó tí wọ́n sì ń dúró láti gbà wá káàbọ̀. Wọ́n mú àwọn fáìlì tí wọ́n ti kọ orúkọ mi sílẹ̀ jáde, wọ́n sì ní kí n fọwọ́ sí ẹ̀gbẹ́ rẹ̀. Mo ṣe bẹ́ẹ̀. Wọ́n gbé àwo kan tí ó ní ẹran ara ènìyàn, tí wọ́n gé sí wẹ́wẹ́ pẹ̀lú àwo ẹ̀jẹ̀. Wọ́n fún olúkúlùkù ní ìgò òfo kan, lẹ́yìn náà ọkùnrin kan tí kò ní orí yíká, ó da ẹ̀jẹ̀ àti ẹran sínú àwọn ìgò náà. Àwọn àbẹ́là àti tùràrí onírúurú ni wọ́n ń sun pẹ̀lú. Ọkùnrin tí kò ní orí ṣe àwọn àfọ̀ṣẹ, gbogbo ènìyàn sì mu ẹ̀jẹ̀ náà, ó sì jẹ ẹran náà, ìpàdé náà sì parí.

(Àkíyèsí: Ìdàpọ̀ èké—àwọn ààtò ẹ̀jẹ̀/ẹran tí wọ́n fi ṣe àwàdà Oúnjẹ Alẹ́ Olúwa, tí wọ́n sì so àwọn olùjọ́sìn mọ́ "tábìlì" ẹ̀mí èṣù. 1 Kọ́ríńtì 10:20–21.)

Àwọn Ìbẹ̀rẹ̀ ní Índíà

Ní àkókò ìdánwò mi ti dé. Wọ́n rán mi lọ sí àfonífojì kan tó jìn tó 200 mítà . Oríṣiríṣi ẹranko afàyàfà àti ẹranko ìgbẹ́ ni wọ́n wà nínú rẹ̀. Àwọn wọ̀nyí ni láti fi ìyà jẹ mí. Mi ò gbọdọ̀ kígbe, nítorí tí mo bá ṣe bẹ́ẹ̀, mo ti bàjẹ́ ìdánwò náà, àbájáde rẹ̀ sì ni IKÚ. Lẹ́yìn ọjọ́ méje tí mo fi wà nínú ìrora , wọ́n mú mi jáde, wọ́n sì rán mi lọ sí ibì kan tí wọ́n ń pè ní 'ÍNDIA IGBE'.

Nínú igbó yìí, mo rí oríṣiríṣi ẹyẹ ẹ̀mí èṣù; ẹ̀mí èṣù nítorí pé àwọn kan ní ojú bí ajá, àwọn kan bí ológbò, àti bẹ́ẹ̀ bẹ́ẹ̀ lọ. Síbẹ̀ pẹ̀lú ìyẹ́. Inú igbó yìí ni ihò kan wà, àwọn ẹyẹ ẹ̀mí èṣù wọ̀nyí nìkan ni wọ́n ṣí ihò yìí. Wọ́n ṣí ihò náà, mo sì wọ inú rẹ̀. Àwọn nǹkan tí mo rí ṣòro láti ṣàlàyé. Àwọn ẹ̀dá búburú wà níbẹ̀, àwọn kan dàbí ènìyàn ṣùgbọ́n wọ́n ní ìrù àti láìsí ojú ènìyàn, àti bẹ́ẹ̀ bẹ́ẹ̀ lọ. Ibí ìyà mìíràn ni èyí. Ìyà tí wọ́n ní níbẹ̀ lè jẹ́ àmì ìdánilẹ́bi. Mo wà ní ipò yẹn fún ọjọ́ méje, wọ́n sì mú mi jáde. Wọ́n rán mi lọ sí ilé ìkàwé ńlá kan tí ó ní ọ̀pọ̀lọpọ̀ ìwé ìjìnlẹ̀ láti kẹ́kọ̀ọ́. Lẹ́yìn náà, mo yan ìwé méjì: Abbysinia , èyí tí ó túmọ̀ sí ìparun, àti Assina , èyí tí ó túmọ̀ sí wíwà láàyè tàbí wíwòsàn. Lẹ́yìn náà, wọ́n fún mi ní ìwé púpọ̀ sí i. Wọ́n pàṣẹ fún mi láti kọ́ yàrá kan ní kété tí mo bá padà sí Nàìjíríà pẹ̀lú àwọn nǹkan wọ̀nyí nínú rẹ̀: "Ìkòkò omi ìbílẹ̀ kan tí ó kún fún ẹ̀jẹ̀ ènìyàn, igi alààyè kan nínú rẹ̀, agbárí ènìyàn, ìyẹ́ ẹyẹ igún, awọ ẹranko ìgbẹ́, awọ boa àti laterite ńlá kan tí ó ń dán lẹ́gbẹ̀ẹ́ ìkòkò náà." Wọ́n gbọ́dọ̀ mú ẹ̀jẹ̀ inú ìkòkò omi ní gbogbo òwúrọ̀ pẹ̀lú àfọ̀ṣẹ. Wọ́n tún pàṣẹ fún mi pé kí n má ṣe jẹ oúnjẹ tí ÈNÌYÀN sè ṣùgbọ́n kí wọ́n fún mi ní oúnjẹ lọ́nà tí ó ju ti ẹ̀dá lọ. Pẹ̀lú gbogbo ìtọ́ni wọ̀nyí, mo padà sí Nàìjíríà ní ọ̀nà kan náà tí mo gbà lọ, mo sì mú gbogbo rẹ̀ ṣẹ.

(Àkíyèsí: Àwọn ilé ìkàwé ìtàn àròsọ = ètò ẹ̀kọ́ fún òkùnkùn. Èròjà Ọlọ́run ni Ọ̀rọ̀ àti Ẹ̀mí (Hébérù 4:12; Jòhánù 16:13)).

Nígbà tí mo padà sílé ní Nàìjíríà,
mo ti di apá kan ayé ẹ̀mí báyìí, mo sì lè rìnrìn àjò lọ sí apá èyíkéyìí nínú ayé. Gẹ́gẹ́ bí ìwé tí mo mú wá, àwọn ẹ̀mí ń gbé ní òfuurufú. Bóyá wọ́n lè mú agbára mi pọ̀ sí i, nítorí náà mo pinnu láti gbìyànjú. Mo jáde kúrò ní ilé mi, mo ṣe àwọn ìpè, mo sì pe afẹ́fẹ́ ìyípo, mo sì pòórá. Mo rí ara mi ní òfuurufú, mo sì rí àwọn ẹ̀mí wọ̀nyí. Kí ni o fẹ́ kí wọ́n béèrè; Mo sọ fún wọn pé mo fẹ́ agbára. Mo padà sí ayé lẹ́yìn ọ̀sẹ̀ méjì tí mo ti gba agbára lọ́wọ́ wọn. Gẹ́gẹ́ bí mo ti sọ tẹ́lẹ̀, mi ò lè ṣàkóso ara mi mọ́. Láìka gbogbo agbára wọ̀nyí tí mo ti gbà, mo ṣì nílò agbára púpọ̀ sí i! Lẹ́yìn náà, mo pinnu láti lọ sí inú ilẹ̀ láti fi ẹ̀rí ohun tí a kọ sínú àwọn ìwé tí a fún mi hàn. Ní ọjọ́ kan, mo lọ sí ibi ìkọ̀kọ̀ kan nínú igbó, mo ṣe àwọn ìpè gẹ́gẹ́ bí a ti sọ nínú àwọn ìwé, mo sì pàṣẹ fún ilẹ̀ láti ṣí. Ilẹ̀ ṣí, àwọn ẹ̀mí ẹ̀ṣù sì bẹ̀rẹ̀ sí í gbé ẹsẹ̀ lẹ́sẹ̀kẹsẹ̀. Mo wọlé, mo sì wọ inú ilẹ̀. Òkùnkùn pátápátá wà tí a lè fi wé ọ̀kan lára àwọn àjàkálẹ̀ àrùn tí ó ṣẹlẹ̀ ní Íjíbítì gẹ́gẹ́ bí a ti kọ ọ́ sínú Bíbélì. Mo rí ọ̀pọ̀lọpọ̀ nǹkan tó ṣòro láti ṣàlàyé. Mo rí àwọn ènìyàn tí wọ́n fi ẹ̀wọ̀n dè, àwọn ènìyàn tí wọ́n ń lò fún ríri owó - iṣẹ́ wọn ni láti ṣiṣẹ́ lọ́sàn-án àti lóru láti pèsè owó fún àwọn tí wọ́n mú wọn. Mo rí àwọn ọmọ ẹgbẹ́ pàtàkì kan tí wọ́n wá láti ṣe àwọn ìrúbọ, tí wọ́n sì máa ń padà sí ayé pẹ̀lú àwọn ẹ̀bùn tí àwọn ẹ̀mí tí ń ṣàkóso ibẹ̀ fún wọn. Mo rí àwọn aṣáájú ìjọ kan tí wọ́n wá fún agbára, àwọn agbára láti sọ ohun tí a gbà láìsí ìbéèrè nínú ìjọ. Mo dúró fún ọ̀sẹ̀ méjì mo sì padà wá lẹ́yìn tí mo ti gba agbára sí i. Àwọn ènìyàn rí mi gẹ́gẹ́ bí ọ̀dọ́ àti aláìmọwọ́mẹsẹ̀ ṣùgbọ́n wọn kò mọ̀ pé mo léwu. Ọ̀pọ̀lọpọ̀ irú àwọn ènìyàn bẹ́ẹ̀ ló wà ní àyíká; àwọn tí wọ́n wà nínú Kristi Jésù nìkan ló wà ní ààbò ní ti gidi.

(Òtítọ́ tó gbàgbọ́: Agbára lè dán àwọn aṣáájú ìsìn wò pàápàá. Àmì tòótọ́ ìránṣẹ́ Ọlọ́run ni ìrẹ̀lẹ̀, ìwà mímọ́, àti èso Ẹ̀mí. Mátíù 7:15–23.)

Àdéhùn pẹ̀lú Ayaba ti Etíkun

Ní ìrọ̀lẹ́ ọjọ́ kan, mo pinnu láti rìn. Ní ibùdókọ̀ ọkọ̀ akérò Ebute Metta, mo rí ọ̀dọ́mọbìnrin arẹwà kan tí ó dúró. Mi ò bá a sọ̀rọ̀ rárá. Ní ọjọ́ kejì nígbà tí mo ń kọjá lọ, mo tún rí i ní ibi kan náà. Ní ọjọ́ kẹta mo rí i ní ibi kan náà, nígbà tí mo ń kọjá, ó pè mí. Mo dúró, mo sì fi ara mi hàn án gẹ́gẹ́ bí Emmanuel Amos, ṣùgbọ́n ó kọ̀ láti fi ara rẹ̀ hàn án. Mo béèrè orúkọ àti àdírẹ́sì rẹ̀, ṣùgbọ́n ó rẹ́rìn-ín lásán. Ó béèrè lọ́wọ́ mi tèmi, mo sì sọ fún un ní òpópónà NÍKAN. Nígbà tí mo fẹ́ lọ, ó ní òun yóò wá bẹ̀ mí wò ní ọjọ́ kan. Ní ọkàn mi, mo sọ pé, ìyẹn kò ṣeé ṣe, mi ò fún un ní nọ́ńbà ilé mi, báwo ló ṣe lè wá. Ṣùgbọ́n gẹ́gẹ́ bí ọ̀rọ̀ rẹ̀, mo gbọ́ ìkanlẹ̀kùn kan lẹ́yìn ọ̀sẹ̀ kan tí mo ti pàdé ní ibùdókọ̀ ọkọ̀ akérò. Ó wà níbẹ̀, obìnrin aláìlẹ́gbẹ́ náà! Mo kí i káàbọ̀ sí ọkàn mi. (Mo ń ṣe kàyéfì nípa ẹni tí obìnrin arẹwà yìí jẹ́, ṣé ó mọ̀ pé ó ń rìn ní àwọn ibi tí ó léwu?) Mo ṣe é lálejò, ó sì lọ. Lẹ́yìn ìbẹ̀wò àkọ́kọ́ yìí, àwọn ìbẹ̀wò rẹ̀ di déédéé láìsí ìbáṣepọ̀ kankan. Mo kíyèsí pé nígbà ìbẹ̀wò rẹ̀, ó máa ń lọ sí àkókò pàtó kan, kò sì ní dé ìṣẹ́jú kan ṣáájú tàbí lẹ́yìn náà! Nígbà díẹ̀ lára àwọn ìbẹ̀wò rẹ̀, mo máa ń mú un lọ sí Lagos Barbeach , tàbí sí Paramount Hotel tàbí Ambassador Hotel àti bẹ́ẹ̀ bẹ́ẹ̀ lọ. Ní gbogbo àkókò yìí , kò sọ orúkọ rẹ̀ fún mi. Mo pinnu láti má ṣe dààmú nítorí mo mọ̀ pé ìbáṣepọ̀ náà kò ní dàgbà ju ìyẹn lọ. Wọ́n ti pàṣẹ fún mi pé kí n má fọwọ́ kan obìnrin kan. Lójijì, ó yí ìbẹ̀wò ọ̀sán padà sí òru. Nígbà ìbẹ̀wò kan, ó sọ fún mi pé: “Ó tó àkókò fún ọ láti bẹ̀ mí wò báyìí.” A dúró papọ̀ ní alẹ́ ọjọ́ náà, ní agogo méjọ òwúrọ̀ ní ọjọ́ kejì, a gbéra. A dara pọ̀ mọ́ bọ́ọ̀sì kan, ó sì sọ fún awakọ̀ náà pé kí ó dúró ní ibi ìjẹun . Bí a ṣe dúró, mo bi í pé: “Níbo la ń lọ?” Ó ní: “Má ṣe àníyàn, o máa mọ ilé mi.” Ó mú mi lọ sí igun kan ti ibi ìjẹun , ó lo ohun kan bí ìgbànú, ó sì dè wá mọ́ wa, lẹ́sẹ̀kẹsẹ̀ agbára kan wá láti ẹ̀yìn, ó sì tì wá sínú òkun. A bẹ̀rẹ̀ sí í fò lórí omi, a sì lọ tààrà sí òkun. Olùkàwé ọ̀wọ́n, àwọn nǹkan wọ̀nyí ṣẹlẹ̀ ní ìrísí ara mi! Nígbà kan, a rì sínú òkun, ó sì yà mí lẹ́nu pé mo rí wa tí a ń rìn ní ọ̀nà gíga kan. A kó lọ sí ìlú kan tí ọ̀pọ̀ ènìyàn ti ń ṣiṣẹ́ gan-an.

(Àkíyèsí agbègbè omi: Àwọn ẹ̀rí jákèjádò agbègbè ṣàpèjúwe àwọn ìlú tí a ṣètò lábẹ́ omi àti àwọn májẹ̀mú. Ìwé Mímọ́ jẹ́wọ́ agbára agbègbè (Esekieli 29:3; Marku 5:10)).

Ayé Ẹ̀mí

Mo rí àwọn yàrá ìwádìí, bíi yàrá ìmọ̀ sáyẹ́ǹsì, yàrá ṣíṣe àwòrán, àti ilé ìṣeré kan. Ní ẹ̀yìn ìlú náà, mo rí àwọn ọmọbìnrin arẹwà àti àwọn ọ̀dọ́mọkùnrin arẹwà. Kò sí àwọn àgbàlagbà. Ó fi mí hàn wọ́n, wọ́n sì gbà mí tọwọ́tẹsẹ̀. Ó mú mi lọ sí àwọn ibi bíi "yàrá ìrọ̀lẹ́", "yàrá gbígbẹ", àti "yàrá ìkópamọ́". Lẹ́yìn náà, ó mú mi lọ sí ilé iṣẹ́ àti ilé ìkópamọ́ pàtàkì kan, lẹ́yìn náà ó wá sí ilé àdáni rẹ̀. Níbẹ̀ ni ó gbé mi jókòó, ó sì sọ fún mi pé: "Èmi ni ayaba etíkun, mo sì fẹ́ kí ẹ bá mi ṣiṣẹ́ pọ̀. Mo ṣèlérí láti fún ọ ní ọrọ̀ àti gbogbo ohun tí ó bá a mu, ààbò àti gbogbo ohun tí ó bá a mu, ìyè àti 'áńgẹ́lì' láti tọ́ ọ sọ́nà." Ó tẹ bọ́tìnì kan, àwo kan sì jáde pẹ̀lú ẹran ara ènìyàn (ní wẹ́wẹ́) nínú rẹ̀, a sì jẹun papọ̀. Ó pàṣẹ fún boa kan láti farahàn, ó sì ní kí n gbé e mì. Mi ò lè ṣe é. Ó tẹnumọ́ ọn ṣùgbọ́n mi ò lè ṣe é, báwo ni mo ṣe lè gbé boa alààyè mì. Lẹ́yìn náà, ó lo agbára rẹ̀, mo sì gbé e mì. Àwọn wọ̀nyí ni májẹ̀mú mẹ́ta: Ara àti ẹ̀jẹ̀ ènìyàn, boa àti áńgẹ́lì ẹ̀mí èṣù wà níbẹ̀ nígbà gbogbo láti rí i dájú pé a kò fi àṣírí kankan hàn. Ṣùgbọ́n a fún 'áńgẹ́lì' ní agbára láti bá mi wí tí mo bá ṣìnà àti láti mú oúnjẹ wá fún mi láti inú òkun nígbàkúgbà tí mo bá wà níbí lórí ilẹ̀ ayé. Mo ṣèlérí láti gbọ́ràn sí i nígbà gbogbo. Lẹ́yìn ìlérí yìí, ó mú mi lọ sí apá mìíràn nínú òkun, ní àkókò yìí erékùsù kan. Àwọn igi wà, ọ̀kọ̀ọ̀kan àwọn igi wọ̀nyí sì ní iṣẹ́ ọ̀tọ̀ọ̀tọ̀:

- igi fun majele, - igi fun pipa, - igi fun pipe, ati - igi fun iwosan. Ó fún mi ní agbára láti yípadà sí onírúurú ẹranko òkun bí erinmi, boa constrictor àti crocodile, lẹ́yìn náà ó pòórá. Mo dúró sínú òkun fún ọ̀sẹ̀ kan, mo sì padà sí ayé nípasẹ̀ ọ̀kan lára àwọn ọ̀nà (gẹ́gẹ́ bí crocodile) tí a mẹ́nu kàn lókè yìí.

(Àkíyèsí: Àwọn "áńgẹ́lì" èké máa ń fi àwọn májẹ̀mú múlẹ̀ (2 Kọ́r. 11:14). Àwọn áńgẹ́lì Kristi máa ń ṣiṣẹ́ ìgbàlà àti ààbò, kì í ṣe ẹrú (Hébérù 1:14)).

Àwọn Ilé Ìwòsàn Abẹ́ Ayé
Mo dúró sí ìlú Èkó fún ọ̀sẹ̀ kan mo sì padà sí òkun, ní àkókò yìí fún oṣù méjì. Mo lọ sí ilé ìwádìí sáyẹ́ǹsì láti wo ohun tó ń ṣẹlẹ̀. Mo rí àwọn onímọ̀ nípa ọpọlọ àti àwọn onímọ̀ sáyẹ́ǹsì tí gbogbo wọn ń ṣiṣẹ́ gidigidi. Iṣẹ́ àwọn onímọ̀ sáyẹ́ǹsì wọ̀nyí ni láti ṣe àwọn nǹkan ẹlẹ́wà bí ọkọ̀ ayọ́kẹ́lẹ́ tó ń tàn yanranyanran, àti bẹ́ẹ̀ bẹ́ẹ̀ lọ, àwọn ohun ìjà tuntun àti láti mọ ohun ìjìnlẹ̀ ayé yìí. Tí ó bá ṣeé ṣe láti mọ òpó ayé tí wọ́n lè ní, ṣùgbọ́n ọpẹ́ ni fún Ọlọ́run, ỌLỌ́RUN NÍKAN MỌ̀.
Mo kó lọ sí yàrá ìṣètò, mo sì rí ọ̀pọ̀lọpọ̀ àpẹẹrẹ aṣọ, òórùn dídùn àti onírúurú ohun ìpara olóòórùn dídùn. Gbogbo nǹkan wọ̀nyí gẹ́gẹ́ bí Lucifer ṣe sọ ni láti fa àfiyèsí àwọn ènìyàn kúrò lọ́dọ̀ Ọlọ́run Olódùmarè. Mo tún rí onírúurú àwòrán ẹ̀rọ itanna, kọ̀ǹpútà àti àwọn ohun ìró ìró. Tẹlifíṣọ̀n kan tún wà láti ibi tí wọ́n ti mọ àwọn tí a tún bí ní Kristẹni ní ayé. Níbẹ̀ ni o ti ń rí àwọn tí wọ́n ń lọ sí ṣọ́ọ̀ṣì àti àwọn tí wọ́n jẹ́ Kristẹni tòótọ́.
Lẹ́yìn náà ni mo kúrò ní ilé ìwádìí sí 'yàrá dúdú' àti 'yàrá gbígbẹ'. Yàrá dúdú náà ni wọ́n ti ń pa ẹnikẹ́ni tí kò gbàgbọ́. Wọ́n máa ń pa ènìyàn nípa fífi ẹ̀jẹ̀ ẹni náà sílẹ̀ kí wọ́n tó fi ránṣẹ́ sí yàrá ẹ̀rọ níbi tí wọ́n ti máa ń lọ̀ ọ́ di eruku, lẹ́yìn náà wọ́n á fi eruku náà sí 'yàrá àpò' níbi tí wọ́n á ti kó wọn sínú àpò, tí wọ́n á sì kó wọn pamọ́ fún àwọn dókítà ìbílẹ̀ láti kó

wọn jọ fún iṣẹ́ wọn. Àwọn nǹkan mìì tún wà tí ó ṣòro láti ṣàlàyé ní kíkọ. Láìka gbogbo agbára wọ̀nyí sí, mi ò tìì tóótun láti pàdé Lucifer, ṣùgbọ́n mo tóótun láti jẹ́ aṣojú rẹ̀ nìkan. Síbẹ̀síbẹ̀, mo ní ìtẹ́lọ́rùn pé mo ní agbára báyìí, mo sì lè dojú kọ, kojú, kí n sì pa nǹkan run bí mo bá fẹ́. Ṣé agbára mìíràn wà níbikíbi tí mo bá ronú nínú ọkàn mi?

(Àkíyèsí ìkẹyìn fún orí náà: Ìfẹ́kúfẹ̀ẹ́ fún "agbára púpọ̀ sí i" jẹ́ àyípadà òfo nínú òkùnkùn. Jíjẹ́wọ́ fún Kristi nìkan ni ó ń ba àyíká náà jẹ́. Mátíù 11:28–30.)

Àwọn Kọ́kọ́rọ́ Ìdáǹdè láti Orí Kejì

- Àwọn ìfilọ́lẹ̀ apaadi ń yípadà láti *ìrànlọ́wọ́* sí *ìbẹ̀rù* ; owó rẹ̀ jẹ́ ẹ̀jẹ̀ nígbà gbogbo.
- Májẹ̀mú tí a kọ/ẹ̀jẹ̀ àti àwọn ààtò ìpilẹ̀ṣẹ̀ jẹ́ **ẹnu ọ̀nà òfin** —ṣùgbọ́n àgbélébùú Kristi fagilé àkọsílẹ̀ tí a kọ sí wa (Kólósè 2:14–15).
- Àwọn ilé omi/ayé abẹ́ ilẹ̀ jẹ́ gidi nínú ogun ẹ̀mí, síbẹ̀ **gbogbo orúkọ ni ó ń tẹrí ba fún Jésù** (Fílípì 2:9–11).
- Ìmọ̀ràn fún àwọn ìdílé: ìkòkò, ìdẹ́rùbani, ọrọ̀ òjijì, àti àwọn àṣà alẹ́ jẹ́ àmì ewu— **gbé ààbò àdúrà sókè** kí o sì wá ìmọ̀ràn ọlọ́gbọ́n.

Àdúrà Ìkọ̀sílẹ̀ àti Ìbòrí

Olúwa Jésù Kristi, mo kọ gbogbo májẹ̀mú, ìbúra, tàbí ìbẹ̀rẹ̀ tí mo ṣe tàbí ní ipò mi pẹ̀lú òkùnkùn. Nípa ẹ̀jẹ̀ rẹ, pa gbogbo ìkọ̀wé tí a kọ sí mi run. Mo já ìdè sí àwọn ilẹ̀ omi, ilẹ̀ abẹ́ ilẹ̀, àti àwọn ilẹ̀ ìràwọ̀. Mo gba Ẹ̀mí ìgbàṣọmọ rẹ, àlàáfíà rẹ, àti ààbò rẹ lórí mi àti ilé mi. Ní orúkọ rẹ ni mo ti gbogbo ẹnu ọ̀nà ẹ̀mí èṣù, mo sì ṣí ìgbésí ayé mi sílẹ̀ fún ipò ọba rẹ nìkan. Àmín.

Orí Kẹta: Ìjọba Burúkú

(Ìtàn àtètèkọ́ṣe láti ọwọ́ Àlùfáà Emmanuel Amos Eni • Àlàyé kúkúrú láti ọwọ́ Àṣojú Monday O. Ogbe)

"Olè kì í wá bí kò ṣe láti jalè, láti pa, àti láti parun: Èmi wá kí wọ́n lè ní ìyè, kí wọ́n sì lè ní i lọ́pọ̀lọpọ̀. " **—Jòhánù 10:10**

(Ìmọ̀ràn: Gbogbo ìṣe tí a ṣàlàyé níbí yìí jọ ẹsẹ yẹn— àpẹẹrẹ Sátánì ni olè jíjà, ikú, àti ìparun; iṣẹ́ àtakò Kristi jẹ́ ìyè tó pọ̀.)

Iṣẹ́ Àkọ́kọ́ — Ẹ̀jẹ̀ fún Ẹ̀jẹ̀

Nígbà tí mo padà sí Èkó, mo tẹsíwájú nínú iṣẹ́ mi, lẹ́yìn ọ̀sẹ̀ méjì mo padà sí òkun. Ayaba etíkun fún mi ní ohun tí ó pè ní "iṣẹ́ àkọ́kọ́ rẹ̀". Ó yẹ kí n lọ sí abúlé mi kí n sì pa àbúrò mi, dókítà ará ìlú alágbára kan tí ó jẹ́ ẹni tí ó ṣe ikú àwọn òbí mi, gẹ́gẹ́ bí ó ti sọ.

Mo gbọ́ràn, mo sì lọ, ṣùgbọ́n nígbà tí mi ò tíì pa á rí, mi ò ní ìgboyà láti pa á, dípò bẹ́ẹ̀ mo pa àwọn oògùn rẹ̀ run, mo sì sọ ọ́ di aláìlágbára. Nítorí ìwà yìí , ó pàdánù gbogbo àwọn oníbààrà rẹ̀ títí di òní yìí. Mo padà wá láti ṣe ìròyìn iṣẹ́ kan, ṣùgbọ́n ó bínú sí mi. Ó ní àbájáde àìgbọràn sí àṣẹ rẹ̀ ni ikú, ṣùgbọ́n nítorí ìfẹ́ rẹ̀ sí mi, òun yóò dá mi padà sí abúlé kan náà láti pa àwọn àgbààgbà méjì tí ó sọ pé wọ́n ran àwọn òbí mi lọ́wọ́ láti pa wọ́n. Yálà ìyà ni èyí fún àìgbọ́ràn sí i tàbí bẹ́ẹ̀ kọ́, mi ò mọ̀.

Ṣùgbọ́n, mo gbọ́ràn, mo sì padà sí abúlé náà, mo sì "ṣe àṣeyọrí" láti pa àwọn ọkùnrin wọ̀nyí, mo sì fi ẹ̀jẹ̀ wọn ránṣẹ́ sí i.

(Àlàyé: Ọ̀tá a máa mú ẹ̀ṣẹ̀ pọ̀ sí i nígbà gbogbo—nígbà tí o bá juwọ́ sílẹ̀, ó a máa béèrè fún ohun púpọ̀ sí i. Róòmù 6:16 .)

Nítorí ipò àìròtẹ́lẹ̀ ikú wọn, àwọn àgbà ní abúlé náà lọ láti béèrè lọ́wọ́ dókítà onímọ̀ nípa ìbílẹ̀ mìíràn tó máa ń rán mànàmáná láti ṣe ìwádìí lórí apànìyàn náà. Ó bani nínú jẹ́ pé àwọn ọkùnrin wọ̀nyí ni mo pàdé dókítà ìbílẹ̀ náà ní ẹ̀mí níbi tí ó ti ń bá àwọn ẹ̀mí sọ̀rọ̀, mo sì kìlọ̀ fún un pé kí ó má sọ ohunkóhun tí ó bá fẹ́ràn ẹ̀mí rẹ̀. Ó jáde wá, ó sì sọ fún àwọn àgbà pé kí wọ́n lọ sílé kí wọ́n bẹ̀ ọ̀kan lára àwọn ọmọ wọn tí wọ́n ti ṣẹ̀ tí wọn kò sì mẹ́nu ba orúkọ mi rí. Mànàmáná tí ó rán padà wá, ó sì kọlu láàárín wọn, ó sì pa àwọn kan, ó sì fi ọ̀pọ̀ ènìyàn sílẹ̀ tí wọ́n fara pa.

Lẹ́yìn ìgbésẹ̀ àkọ́kọ́ yìí, àwọn agbára inú mi bẹ̀rẹ̀ sí í fara hàn. Mo máa ń yí ọmọbìnrin padà fún kíkọ̀ láti bá mi ṣọ̀rẹ́ àti bẹ́ẹ̀ bẹ́ẹ̀ lọ.

(Ìrònú: Gbogbo "agbára" lóde Kristi di ibi tí a kò lè ṣàkóso; wo Lúùkù 9:55 .)

Ìpàdé mi pẹ̀lú Sátánì

Nígbà tó yá, mo padà sí Èkó. Ní ọjọ́ kan, ọmọbìnrin kan tí orúkọ rẹ̀ ń jẹ́ **NINA** wá sọ́dọ̀ mi. NINA tí àwọn òbí rẹ̀ wá láti Ìpínlẹ̀ Anambra jẹ́ ọmọbìnrin kékeré kan tí ó lẹ́wà gan-an ṣùgbọ́n ó ń gbé nínú òkun, ìyẹn ni ayé ẹ̀mí abẹ́ omi. Ó jẹ́ aṣojú onítara fún Ayaba Òkun àti ẹni búburú gidigidi. Ó kórìíra àwọn Kristẹni dé góńgó, ó sì máa ń gbìyànjú láti gbógun ti ẹ̀sìn Kristẹni. Mo kọ́kọ́ pàdé rẹ̀ nígbà tí mo lọ sí òkun. NINA wá fún iṣẹ́ láti ọ̀dọ̀ Ayaba Òkun.

A lọ lẹ́sẹ̀kẹsẹ̀, nígbà tí mo dé ibẹ̀, mo gbọ́ pé a ní ìpàdé pẹ̀lú **Lucifer** .

Sátánì, nínú ìpàdé yìí, fún wa ní àwọn ìtọ́ni wọ̀nyí: láti bá àwọn onígbàgbọ́ jà kìí ṣe àwọn aláìgbàgbọ́, nítorí pé àwọn aláìgbàgbọ́ ti jẹ́ tirẹ̀ tẹ́lẹ̀.

Nígbà tí ó sọ èyí, ọ̀kan nínú wa béèrè pé: "Kí ló dé?" Ó ní ìdí rẹ̀ ni pé Ọlọ́run lé òun jáde kúrò ní "ibẹ̀" (ó kọ̀ láti pe ọ̀rọ̀ náà *ní Ọ̀run* àti ní gbogbo ìpàdé wa pẹ̀lú rẹ̀ kò mẹ́nu kan ọ̀rọ̀ náà *Ọ̀run*). Dípò bẹ́ẹ̀, òun yóò máa lo ọ̀rọ̀ *náà ibi yẹn nígbà gbogbo* nítorí ìkórìíra.

Ó ní wọ́n lé òun jáde nítorí ìgbéraga, nítorí náà òun kò fẹ́ kí Kristẹni kankan dé ibẹ̀ (Ọ̀run).

Ó tún sọ fún wa pé a kò gbọ́dọ̀ bá àwọn alágàbàgebè jà. Ó ní, "Wọ́n dà bí èmi." Ó tẹ̀síwájú pé: "Àwọn Kristẹni tòótọ́ nìkan ló yẹ kí a bá jà. Àkókò mi ti sún mọ́lé, nítorí náà, a gbọ́dọ̀ jà ju ti tẹ́lẹ̀ lọ, kí a sì rí i dájú pé ẹnikẹ́ni kò wọ ibẹ̀."

(Àkíyèsí: Ọ̀run àpáàdì ń bẹ̀rù àwọn ọmọ-ẹ̀yìn tòótọ́, kìí ṣe àwọn onígbàgbọ́ lásán — Jákọ́bù 2:19 ; Ìṣe Àwọn Aposteli 19:15.)

Nítorí náà, ọ̀kan nínú wa sọ fún un pé: "A gbọ́ pé Ọlọ́run ti rán ẹnìkan láti gba aráyé padà sọ́dọ̀ Ọlọ́run."
Sátánì wá béèrè pé: "Ta ni ìyẹn?" Ẹgbẹ́ kan dáhùn pé "Jésù", àti sí ìyàlẹ́nu ńlá wa, **Lúsíférì ṣubú láti orí ìjókòó rẹ̀.**

Ó kígbe sí ọkùnrin náà, ó sì kìlọ̀ fún un pé kí ó má ṣe dárúkọ orúkọ yẹn ní ìpàdé wa kankan tí ó bá fẹ́ràn ẹ̀mí rẹ̀.

"Òótọ́ ni," Emmanuel kọ̀wé, "pé ní Orúkọ Jésù ni gbogbo eékún gbọ́dọ̀ tẹ̀ ba (Fílípì 2:10), títí kan Sátánì."

Lẹ́yìn ìṣẹ̀lẹ̀ yìí, ó fún wa nísìírí, ó sì sọ fún wa pé kí a má ṣe gbàgbé "àwọn Kristẹni wọ̀nyí", pé òun Lucifer yóò wá láti ṣàkóso ayé láìpẹ́, yóò sì fún àwa, àwọn aṣojú rẹ̀, ní ipò tí ó dára jù kí a má baà jìyà pẹ̀lú gbogbo ayé, òun yóò sì sọ wá di alákòóso.

Ó tẹ̀síwájú pé níwọ̀n ìgbà tí ènìyàn fẹ́ràn àwọn nǹkan aláràbarà àti àlá, òun yóò máa ṣe àwọn nǹkan wọ̀nyí kí ó sì rí i dájú pé ènìyàn kò ní àkókò fún Ọlọ́run rẹ̀ àti pé òun yóò lo àwọn nǹkan wọ̀nyí láti pa ìjọ run:

1. Owó
2. Ọrọ̀
3. Àwọn obìnrin

Nígbà tí ó parí ọ̀rọ̀ yìí , ó dá ìpàdé náà dúró. Èyí ni ìpàdé àkọ́kọ́ mi pẹ̀lú Sátánì. Ọ̀pọ̀lọpọ̀ àwọn mìíràn tẹ̀lé e.

(Ìjìnlẹ̀ òye: Àwọn ohun ìjà mẹ́ta wọ̀nyí — wúrà, ògo, àti àwọn ọmọbìnrin — ṣì ń ba iṣẹ́ ìránṣẹ́ jẹ́ lónìí. Wo 1 Jòhánù 2: 15-17.)

Ìmúdàgbà Ayaba

Bí a ṣe ń lọ, Ayaba Etíkun, tí ó farahàn ní onírúurú ìrísí báyìí, pè mí sí ilé ńlá rẹ̀. Ó fi eérú ènìyàn pẹ̀lú àwọn nǹkan mìíràn sínú egungun ẹsẹ̀ mi méjèèjì, òkúta kan (kì í ṣe òkúta lásán) sí ìka mi àti nǹkan mìíràn nínú egungun ọwọ́ ọ̀tún mi.

Ọ̀kọ̀ọ̀kan àwọn nǹkan wọ̀nyí ní iṣẹ́ tirẹ̀.

- Òkúta tí mo fi ìka mi ṣe ni láti mọ èrò ẹnikẹ́ni sí mi.
- Ẹni tí ó wà ní ọwọ́ ọ̀tún mi ni ó fún mi lágbára láti pa run.
- Àwọn tó wà ní ẹsẹ̀ ni láti mú kí n le koko jù, kí n sì léwu, kí n sì tún lè yí padà sí obìnrin, ẹranko, ẹyẹ, ológbò, àti bẹ́ẹ̀ bẹ́ẹ̀ lọ.

Ó mú mi lọ sí ọ̀kan lára àwọn yàrá ìwádìí, ó sì fún mi ní awò ojú ìwo, tẹlifíṣọ̀n àti fídíò — kìí ṣe àwọn lásán — láti rí àwọn Kristẹni tí a tún bí àti àwọn tí wọ́n ń lọ sí ṣọ́ọ̀ṣì lásán nínú àwọn ṣọ́ọ̀ṣì.

Níkẹyìn, ó fún mi ní àwọn ọmọbìnrin mẹ́rìndínlógún láti ṣiṣẹ́ gẹ́gẹ́ bí aṣojú mi. NINA jẹ́ ọ̀kan lára wọn. Mo padà sí Èkó pẹ̀lú "àwọn ẹ̀bùn" wọ̀nyí.

(Àlàyé: Àwọn ẹ̀rọ ìmòye èké—ìyí ẹ̀bùn ìmòye Ẹ̀mí Mímọ́ padà láti ọwọ́ Sátánì (1 Kọ́ríǹtì 12:10)).

A yípadà sí Aṣojú Sátánì

Mi ò ní ìmọ̀lára tàbí àánú kankan mọ́ nínú ọkàn mi. Mo bẹ̀rẹ̀ iṣẹ́ lẹ́sẹ̀kẹsẹ̀ mo sì pa ilé ìtura márùn-ún run lẹ́ẹ̀kan náà. Gbogbo wọn rì sínú ilẹ̀ pẹ̀lú àwọn olùgbé wọn. Èyí ṣẹlẹ̀ ní Èkó ní oṣù kẹjọ ọdún 1982. Wọ́n dá a lẹ́bi pé kò fi ìpìlẹ̀ rere lélẹ̀, ó sì san owó púpọ̀ fún un.

Ọ̀pọ̀lọpọ̀ ìparun tó ń ṣẹlẹ̀ láyé lónìí kì í ṣe ti ènìyàn. Iṣẹ́ èṣù ni láti jalè, láti pa àti láti pa run. Mo tún sọ ọ́, **Sátánì kò ní ẹ̀bùn ọ̀fẹ́ kankan.**

(Òtítọ́ pàtàkì: Gbogbo àǹfààní tó hàn gbangba láti inú òkùnkùn máa ń parí sí ìbànújẹ́.)

Àwọn Onígbàgbọ́ Tó Ń Fojúsùn

Mo bẹ̀rẹ̀ sí í fa jàǹbá lójú ọ̀nà àti bẹ́ẹ̀ bẹ́ẹ̀ lọ. Ọ̀ràn kan tí mo fẹ́ mẹ́nu kàn ni nípa ọ̀dọ́mọkùnrin kan tó yí ẹ̀sìn padà tó ń jẹ́rìí ìgbàlà àti ìgbàlà rẹ̀. Ó ń ṣe ọ̀pọ̀lọpọ̀ nǹkan ní ayé ẹ̀mí nítorí èyí, nítorí náà mo gbèrò láti ṣe jàǹbá fún un.

Lọ́jọ́ kan, ó wọ ọkọ̀ akérò tó gbayì lọ sí ìlú Èkó fún ẹ̀rí. Bí ọkọ̀ akérò náà ṣe ń sáré lọ, mo fi kẹ̀kẹ́ rẹ̀ sílẹ̀ lójú ọ̀nà, ó sì já lu igi kan. Gbogbo àwọn arìnrìn-àjò ló kú àyàfi ọ̀dọ́mọkùnrin yìí tó ti di Kristẹni.

Àsálà rẹ̀ jẹ́ iṣẹ́ ìyanu nítorí pé ó jáde láti inú ọkọ̀ náà nípasẹ̀ bàtà, ó sì kígbe pé: "Mo wà ní ààbò! Mo wà ní ààbò!" A gbìyànjú láti dá a dúró láti jẹ́rìí ṣùgbọ́n a kùnà.

(Ẹ̀kọ́: Ẹ̀rí ni ogun — Ìfihàn 12:11 .)

Láti orí tẹlifíṣọ̀n, a ó mọ ọkùnrin kan tí ó ronú pìwàdà tuntun, tí yóò sì lépa rẹ̀ gidigidi láti rí i bóyá a lè mú kí ó padà sẹ́yìn. Tí a kò bá ṣe àṣeyọrí lẹ́yìn oṣù mẹ́fà, a ó bẹ̀rẹ̀ sí í ṣe iṣẹ́ rẹ̀, a ó sì jẹ́ kí ó di òfo. Tí ó bá jẹ́ òṣìṣẹ́ ìjọba, a ó máa ni í lára nípasẹ̀ ọ̀gá, tí ó bá sì ṣeé ṣe , a ó sì mú kí ọ̀gá náà dá iṣẹ́ rẹ̀ dúró. Tí ó bá kọ̀ láti padà sẹ́yìn, a ó fi í sílẹ̀. Ṣùgbọ́n tí ó bá padà sẹ́yìn, a ó pa á láti rí i dájú pé kò ní àǹfààní kejì láti ronú pìwàdà.

(Ìrántí: Dídúró ṣinṣin lẹ́yìn ìyípadà ń ba àyíká ọ̀run àpáàdì jẹ́—Éfésù 6:13 .)

Alága àwọn Oníṣẹ́-aláṣẹ

Mo pa ẹ̀mí run débi pé Lucifer ní ìtẹ́lọ́rùn gidigidi, ó sì fi mí ṣe alága àwọn oníṣẹ́ àjẹ́.

Oṣù kan lẹ́yìn tí mo di alága, wọ́n pe ìpàdé kan. A lọ sí ìpàdé náà gẹ́gẹ́ bí ẹyẹ, ológbò àti ejò. Àwọn ẹ̀dá wọ̀nyí ni wọ́n ń lò fún àwọn ìdí wọ̀nyí:

1. Lílo àwọn ẹyẹ mú kí àwọn oníṣẹ́ àjẹ́ léwu sí i.
2. Lílọ sí ológbò jẹ́ kí wọ́n lè dé ọ̀dọ̀ àwọn ẹ̀mí àti ènìyàn.
3. Lílọ sí àwọn eku máa ń jẹ́ kí wọ́n wọ ilé pẹ̀lú ìrọ̀rùn, lẹ́yìn náà ní òjìji ní alẹ́, lẹ́yìn náà sí ènìyàn kí wọ́n sì mu ẹ̀jẹ̀ ẹni tí wọ́n pa.

Nínú ìpàdé yìí, ohun kan ṣoṣo ló wà lórí àkójọ náà: **"Àwọn Kristẹni."**

Lẹ́yìn náà, a ṣètò láti ṣe ìpàdé àwọn oníṣẹ́ àjẹ́ ti ilẹ̀ Áfíríkà ní ìlú Benin ní ọdún 1983. A tẹ̀ ẹ́ jáde ní gbogbo ìwé ìròyìn ojoojúmọ́ àti gbogbo ìròyìn gbogbogbò. Gbogbo agbára òkùnkùn ni a kó jọ, a sì ní ìgbẹ́kẹ̀lé pé kò sí ohun tí yóò dá ìpàdé yìí dúró.

Lójijì, **àwọn Kristẹni ní Nàìjíríà bẹ̀rẹ̀ sí gbàdúrà àti ìyìn sí Ọlọ́run wọn** , gbogbo ètò wa sì bàjẹ́. Kì í ṣe pé wọ́n bàjẹ́ nìkan ni, ṣùgbọ́n ìdàrúdàpọ̀ gidi wà nínú ìjọba òkùnkùn.

Nítorí náà, a kò lè ṣe ìpàdé àwọn àjẹ́ àti àwọn oníṣẹ́ ní Nàìjíríà.

Àwọn Kristẹni gbọ́dọ̀ kíyèsí pé nígbà tí wọ́n bá ń yin Ọlọ́run Olódùmarè ní tòótọ́, wàhálà àti ìdàrúdàpọ̀ yóò wà ní òkun àti ní afẹ́fẹ́, àwọn aṣojú Sátánì kò sì ní ibi ìsinmi kankan. Àdúrà dà bí jíjí bọ́mbù àkókò sí ààrín wa, gbogbo ènìyàn yóò sì sá àsálà fún ẹ̀mí wọn.

Tí àwọn Kristẹni bá mọ agbára àti àṣẹ tí Ọlọ́run fún wọn, tí wọ́n sì lo agbára náà, wọn ì bá ṣàkóso ọ̀ràn orílẹ̀-èdè wọn! Àwọn Kristẹni nìkan ló lè gba orílẹ̀-èdè wa là.

(Kọ́kọ́rọ́ Ìgbàgbọ́: Ìyìn fún ẹgbẹ́ jẹ́ ohun ìjà — 2 Kíróníkà 20: 21-22; Ìṣe Àwọn Apọsteli 16:25-26.)

Lẹ́yìn Ìkùnà Àpérò náà

Lẹ́yìn tí ìpàdé yìí kùnà, èyí tí wọ́n ṣe ní Gúúsù Áfíríkà lẹ́yìn náà, wọ́n pè mí padà sí òkun. Nígbà tí mo dé, wọ́n sọ fún mi láti ìgbà náà pé mo máa sọ òkun di ilé mi, mo sì máa lọ sí gbogbo ayé fún iṣẹ́ tó le koko.

Wọ́n fún mi ní iṣẹ́ tuntun kan: ṣíṣe àgbékalẹ̀ àwọn ohun ìṣọ́ra fún àwọn dókítà ìbílẹ̀, ṣíṣe àkóso yàrá ìdarí àti fífi àwọn ẹ̀bùn ránṣẹ́, ìyẹn ni ṣíṣí àwọn ṣọ́ọ̀ṣì aṣọ funfun (ilé àdúrà), ṣíṣí àwọn ilé ìbímọ, ṣíṣí àwọn ilé ìtajà àti mímú wọn láásìkí, fífún "àwọn ọmọ" àti owó.

A o salaye awon wonyi ni ọkọọkan lẹhin ekeji:

1. Ṣíṣí àwọn Ṣọ́ọ̀ṣì Aṣọ Funfun

Tí ọkùnrin kan bá wá sí ọ̀dọ̀ wa fún ìrànlọ́wọ́ láti kọ́ ilé àdúrà àti láti ràn án lọ́wọ́ láti ṣe ìwòsàn àti bẹ́ẹ̀ bẹ́ẹ̀ lọ, a ó fún un ní àwọn àdéhùn kan:

a) Yóò gbà láti fi ẹ̀mí kan tàbí méjì fún wa ní ọdọọdún.b) Ní ìpele kan nínú ọ́fíìsì ní ìjọ, a ó bẹ̀rẹ̀ ẹni náà sí àwùjọ wa.c) A kò ní gbà kí ẹnikẹ́ni wọ ilé àdúrà pẹ̀lú bàtà.

Nígbà tí ó bá gba àwọn ìlànà wọ̀nyí, wọ́n á fún un ní nǹkan bí òkúta funfun, egungun ènìyàn, ẹ̀jẹ̀ àti àwọn ohun ìṣẹ́, gbogbo wọn nínú ìkòkò ìbílẹ̀. Wọ́n á pàṣẹ fún un láti sin ìkòkò yìí pẹ̀lú gbogbo ohun tó wà nínú rẹ̀ sí iwájú ìjọ kí ó sì sin àgbélébùú náà sí orí rẹ̀. Lẹ́yìn ìsìnkú náà, àgbélébùú nìkan ni a ó rí.

Wọ́n á gbà á nímọ̀ràn láti kọ́ adágún omi tàbí kí ó máa gbé agbada omi kan síbi tí àwọn ẹ̀mí yóò ti máa pèsè omi pàtàkì fún un. Omi yìí ni wọ́n ń pè ní **"omi mímọ́."**

Nígbà tí àwọn ẹ̀mí búburú bá yọ ọ́ lẹ́nu, ọ̀pọ̀ ènìyàn máa ń lọ sọ́dọ̀ àwọn "wòlíì" wọ̀nyí láti lé wọn jáde. Òótọ́ ibẹ̀ ni pé, wọ́n kàn ń fi àwọn ẹ̀mí èṣù kún wọn. Èṣù kò lè lé èṣù jáde (Lúùkù 11: 17-19).

Ohun tí wòlíì náà yóò ṣe ni kí ó gbàdúrà kí ó sì fún ọmọ ìjọ náà ní aṣọ pupa láti tọ́jú sílé, kí ó sì gbà wọ́n nímọ̀ràn láti gbàdúrà pẹ̀lú àbẹ́là àti tùràrí—kí ó lè pe àwọn ẹ̀mí èṣù.

Nígbà mìíràn, wọ́n máa ń ní kí ọmọ ẹgbẹ́ náà mú ewúrẹ́ wá fún ẹbọ. Àwọn ẹbọ wọ̀nyí wà fún wa láti wá "ṣe ìrànlọ́wọ́" láti wo ọkùnrin náà sàn. Wòlíì náà kò ní agbára láti wo ọkùnrin náà sàn.

(Ìmọ̀ràn: Ìdáǹdè lẹ́yìn Kristi jẹ́ ìdè. Ìṣe Àwọn Apọsteli 19: 13-16.)

2. Ṣíṣí àwọn ilé ìbímọ

Tí obìnrin kan bá wá sí ọ̀dọ̀ wa fún ìrànlọ́wọ́ láti ṣí ìtọ́jú ìbímọ àti láti mú kí ó dára, a ó fún un ní ipò yìí: *A ó yan oṣù kan nínú èyí tí gbogbo àwọn ọmọ tí a bí nígbà ìtọ́jú ìbímọ yóò kú, ṣùgbọ́n ní oṣù mìíràn àwọn ọmọ náà yóò wà láàyè.*

Tí ó bá gbà, wọ́n á fún un ní àmì ìtọ́jú láti fa àwọn ènìyàn mọ́ra sí ìtọ́jú ọmọ. Irú àwọn ìtọ́jú ọmọ bẹ́ẹ̀ wà ní Onitsha, Lagos àti bẹ́ẹ̀ bẹ́ẹ̀ lọ; a kò gbà kí bàtà wọlé.

(Ìrántí: Ọ̀tá a máa ṣe àṣedàbí èso rere — ṣùgbọ́n Ọlọ́run nìkan ló fúnni ní ìyè tòótọ́. Sáàmù 127: 3.)

3. Ṣíṣí àwọn ilé ìtajà Fancy

Tí ọkùnrin kan bá wá bá wa fún ìrànlọ́wọ́, wọ́n á fún un ní òrùka pẹ̀lú àdéhùn pé kí obìnrin kankan má fọwọ́ kan án. Ó gbọ́dọ̀ gbà láti jẹ́ ọmọ ẹgbẹ́ wa. Tí ó bá gbà, a ó máa kó àwọn ohun èlò tó dára jùlọ àti èyí tuntun sí ilé ìtajà rẹ̀.

(Ẹ̀tàn: Aásìkí pẹ̀lú okùn tí a so mọ́ ara rẹ̀ máa ń yọrí sí ìgbèkùn — Òwe 10:22 vs Mátíù 4:9.)

4. Fífúnni ní àwọn ọmọ

Tí obìnrin àgàn bá lọ sí ọ̀dọ̀ àwọn dókítà ìbílẹ̀ kan, lẹ́yìn tí ó bá ti fi ẹ̀sùn kàn án, wọ́n á ní kó mú: àkùkọ funfun kan, ewúrẹ́ kan, ewébẹ̀ àti àwọn nǹkan ìtọ́jú ọmọ wá.

Wọ́n á gbà á níyànjú láti lọ, tí kò bá sí níbẹ̀, dókítà ìbílẹ̀ náà yóò wá bá wa mú àwọn nǹkan wọ̀nyí wá. Lẹ́yìn náà, a ó da àwọn nǹkan kan pọ̀ mọ́ eérú ènìyàn. Ó máa ń lo oògùn yìí láti se oúnjẹ fún obìnrin náà.

Ó máa lóyún, ó sì máa bímọ, ṣùgbọ́n kì í ṣe ènìyàn lásán. Tí ọmọ náà bá jẹ́ obìnrin, yóò wà láàyè, yóò sì gbéyàwó, ṣùgbọ́n yóò wà ní àgàn ní gbogbo ìgbésí ayé rẹ̀. Tí ó bá jẹ́ ọkùnrin, yóò wà láàyè, a ó sì kọ́ ọ láti kú lójijì. Wọn kì í gbé ayé láti sin àwọn òbí wọn.

Mo fẹ́ sọ níbí pé àwọn ẹ̀mí èṣù ló sábà máa ń fa ìyàn. O lè rí obìnrin kan tí kò tíì dàgbà ní ayé, ṣùgbọ́n ó máa bímọ ní òkun. Nítorí náà, mo gbà àwọn ọmọ Ọlọ́run nímọ̀ràn láti dúró de Ọlọ́run nìkan nítorí pé Ọlọ́run nìkan ló máa ń fúnni ní ọmọ gidi.

(Òtítọ́: 1 Samuẹli 2: 5 – "Àgàn bí méje.")

5. Fífúnni ní Owó

Tí ọkùnrin kan bá wá sí ọ̀dọ̀ wa fún owó, a ó fún un ní àwọn ìlànà wọ̀nyí: a ó ní kí ó fún un ní apá kan lára ara rẹ̀, tàbí tí ó bá ní ìdílé , a ó ní kí ó mú ọmọ rẹ̀ wá; tí ó bá jẹ́ àpọ́n, ẹ̀gbọ́n rẹ̀ tàbí àbúrò rẹ̀ — ẹnìkan láti inú ìyá kan náà.

Nígbà tí wọ́n bá ń pa ẹni tí wọ́n pànìyàn, wọ́n á fún ẹni tí wọ́n pànìyàn ní ọ̀kọ̀ tàbí ọfà. Àwọn ìbátan rẹ̀ yóò fi ara wọn sílẹ̀ nínú dígí; nígbà tí èyí tí wọ́n pànìyàn bá kọjá, wọ́n á ní kí ó lù ú, bí èyí bá sì ń ṣẹlẹ̀, ẹni tí wọ́n pànìyàn náà yóò kú níbi tí ó wà.

Àwọn ọ̀nà mìíràn wà, ṣùgbọ́n ohun kan tí Sátánì ń ṣe ni pé ó rí i dájú pé ní gbogbo ọ̀nà, olùfúnni náà di ẹni tí ó pa ẹni tí ó pa, nípa jíjẹ́ kí olùfúnni náà lu ẹni tí ó pa.

Rántí pé, Sátánì kò ní ẹ̀bùn ọ̀fẹ́ kankan!

(Òtítọ́ ìkẹyìn: Gbogbo ọ̀nà àbájáde sí ọ̀rọ̀ jẹ́ ìdẹkùn — Mátíù 16:26 .)

Àwọn Àròjinlẹ̀ Ìdáǹdè

- Ọ̀run ń béèrè fún ẹ̀jẹ̀; ọ̀run ń fi ẹ̀jẹ̀ Kristi rúbọ lẹ́ẹ̀kan ṣoṣo (Heberu 9:12).
- Gbogbo majẹmu tí a bá fi ìbẹ̀rù ṣe ni a lè bàjẹ́ nípasẹ̀ ìrònúpìwàdà àti àgbélébùú nìkan.
- Àwọn Kristẹni ní agbára ìgbóná nípasẹ̀ ìyìn àti àdúrà—lo ó!
- Aásìkí tòótọ́, ìwòsàn, àti àwọn ọmọ wá láti inú ìgbọ́ràn sí Ọlọ́run nìkan.

Àdúrà Ìkọ̀sílẹ̀ àti Ààbò

Olúwa Jésù Kristi, mo dúpẹ́ lọ́wọ́ rẹ fún fífi ẹ̀tàn ọ̀tá hàn. Mo kọ gbogbo ìbáṣepọ̀, pẹ̀lú àwọn májẹ̀mú ẹ̀mí èṣù, àwọn àfọ̀ṣẹ, tàbí àwọn wòlíì èké, ní ìmọ̀ọ́mọ̀ tàbí láìmọ̀ọ́mọ̀. Jẹ́ kí ẹ̀jẹ̀ Jésù sọ̀rọ̀ ohun tó dára jù fún mi. Mo ti gbogbo ilẹ̀kùn tí a ṣí sílẹ̀ nípasẹ̀ ìfẹ́ ọkàn, ìbẹ̀rù, tàbí àìmọ̀. Mo gba ìyè tó pọ̀ tí ìwọ ṣèlérí. Fún mi lágbára láti rìn nínú òtítọ́, ìwà mímọ́, àti òye. Àmín.

Orí 4: Báwo ni Sátánì ṣe ń bá àwọn Kristẹni jà

(Àkọsílẹ̀ àtilẹ̀wá ni a pa mọ́; àwọn àlàyé kúkúrú)

"Nítorí kìí ṣe ara àti ẹ̀jẹ̀ ni àwa ń bá jà, bí kò ṣe sí àwọn ìjọba, sí àwọn agbára, sí ìwà búburú ẹ̀mí ní àwọn ibi gíga." Efe. 6:10-12
[Àkíyèsí: ***Èyí ṣe àkójọ gbogbo orí náà: ìjà gidi jẹ́ ti ẹ̀mí; àwọn ohun ìjà gbọ́dọ̀ jẹ́ ti ẹ̀mí—Efe. 6:13–18.]***

Bíbá Àwọn Kristẹni jà

Lẹ́yìn àṣẹ láti ọ̀dọ̀ Lucifer láti bá àwọn Kristẹni jà, a jókòó, a sì yà àwọn ọ̀nà tí a lè gbà bá wọn jà gẹ́gẹ́ bí a ṣe sọ:

1. Ó ń fa àìsàn.
2. Ó ń fa àìlóyún.
3. Ó ń fa oorun nínú ìjọ.
4. Ó ń fa ìdàrúdàpọ̀ nínú ìjọ.
5. Ó ń fa ìgbóná ara nínú ìjọ.
6. Sísọ wọ́n di aláìmọ̀ nípa Ọ̀rọ̀ Ọlọ́run.
7. Nípa àṣà àti àfarawé.
8. Bíbá wọn jà nípa ti ara.
   [**Àlàyé:** ***Àwọn wọ̀nyí ni àfojúsùn àdúrà, ìwà mímọ́, ìṣọ̀kan, àti ìwé Mímọ́—ohun tí ó fún ìjọ ní agbára gan-an. Wo ìṣe Àwọn Apọsteli 2:42–47; Jákọ́bù 4:7–8.]***

Láàrin àwọn nǹkan wọ̀nyí, mo fẹ́ ṣàlàyé méjì:

1. Jíjàkadì nípa ti ara

Pẹ̀lú tẹlifíṣọ̀n tí mo fún mi, mo máa ń rí àwọn Kristẹni tí a tún bí . A kì í bá àwọn alágàbàgebè jà nítorí pé wọ́n ti jẹ́ tiwa tẹ́lẹ̀. Lẹ́yìn náà, a máa ń kọ́kọ́ rán àwọn ọmọbìnrin wa lọ sí àwọn ìjọ ńlá. Nínú ìjọ, wọ́n máa ń jẹ gọmu tàbí kí wọ́n mú ọmọdé sunkún tàbí kí wọ́n ṣe ohunkóhun tí yóò dí àwọn ènìyàn lọ́wọ́ láti gbọ́ ọ̀rọ̀ Ọlọ́run. Wọ́n lè pinnu láti wá nípa tèmí kí wọ́n sì mú kí àwọn ènìyàn sùn nígbà tí ìwàásù ń lọ lọ́wọ́. Nígbà tí wọ́n bá rí i pé o ní ìrònú jinlẹ̀ nítorí ìwàásù náà, wọn yóò dúró dè ọ́ níta ìjọ, nígbà tí o bá sì jáde, ọ̀kan nínú wọn yóò kí ọ, yóò sì fún ọ ní ẹ̀bùn (ó sì jẹ́ ohun tí o fẹ́ràn nígbà gbogbo) yóò sì dà bí ẹni pé ó jẹ́ ọ̀rẹ́. Ó máa ń ṣe gbogbo nǹkan, kí o tó mọ ohun tí ó ń ṣẹlẹ̀, o ti gbàgbé gbogbo ohun tí o kọ́ nínú ìjọ. Ṣùgbọ́n fún Kristẹni tòótọ́, ọ̀kan nínú àwọn ọmọbìnrin wọ̀nyí, lẹ́yìn ìsìn, yóò fò jáde láti kí ọ, yóò sì fẹ́ mọ ilé rẹ pẹ̀lú àwáwí pé òun ṣẹ̀ṣẹ̀ dé ìlú, òun kò sì mọ ọ̀pọ̀ Kristẹni ní àyíká. Nígbà tí ó bá mú un lọ sílé, yóò yára ra ọ̀gẹ̀dẹ̀, Kristẹni náà yóò sì gba èyí gẹ́gẹ́ bí àmì ìfẹ́. Ó máa tẹ̀síwájú nínú ìbẹ̀wò rẹ̀ títí yóò fi pa ìmọ́lẹ̀ Kristi nínú rẹ run, lẹ́yìn náà ó dẹ́kun wíwá. Àwọn iṣẹ́ pàtàkì nínú àwọn ìjọ alààyè àti àwọn ẹgbẹ́ ni: dídí àwọn Kristẹni lọ́wọ́ láti má ka Ọ̀rọ̀ Ọlọ́run àti kíkẹ́kọ̀ọ́ rẹ̀, àti nípa bẹ́ẹ̀ ó sọ wọ́n di aláìmọ̀ nípa àṣẹ wọn àti ìlérí Ọlọ́run. Ní àwọn ibi ogun, àwọn ọmọbìnrin wọ̀nyí ni a ó rán láti dá àríyànjiyàn àti ìjà sílẹ̀.

[**Àwọn olùṣọ́:** ***(a) Jẹ́ kí Ọ̀rọ̀ kún (Kólósè 3:16), (b) pa ààlà mọ́ pẹ̀lú "àwọn olùbáṣepọ̀ tuntun," (c) má ṣe jẹ́ kí ẹ̀bùn kọjá òye (1 Jòhánù 4:1), (d) yan àwọn olùgbàlejò/àwọn olùgbàlejò láti máa wò àti gbàdúrà—Mát. 26:41.]***

tí a tún bí kò mọ Bíbélì tí wọ́n máa ń gbé nígbà gbogbo tàbí ọ̀pọ̀lọpọ̀ ẹgbẹ́ tí wọ́n ń lọ. A mọ̀ wọ́n ní ayé ẹ̀mí nípa ìmọ́lẹ̀ tí ó ń tàn bí àbẹ́là tí ó mọ́lẹ̀ gan-an nínú ọkàn tàbí àyíká ìmọ́lẹ̀ yí orí wọn ká tàbí ògiri iná yí wọn ká. Nígbà tí Kristẹni kan bá ń rìn lọ, a máa ń rí àwọn áńgẹ́lì tí ń rìn pẹ̀lú rẹ̀, ọ̀kan ní ọ̀tún, ọ̀kan ní òsì, àti ọ̀kan ní ẹ̀yìn. Èyí mú kí ó ṣòro fún wa láti sún mọ́ ọn.

Ọ̀nà kan ṣoṣo tí a fi ń ṣe àṣeyọrí ni nípa ṣíṣe ẹ̀ṣẹ̀ Kristẹni, nípa bẹ́ẹ̀ ó fún wa ní ààyè láti wọlé. Nígbà tí Kristẹni kan bá ń wakọ̀ ọkọ̀ ayọ́kẹ́lẹ́ tí a sì fẹ́ pa á lára, a máa ń rí i pé òun nìkan kò wà nínú ọkọ̀ ayọ́kẹ́lẹ́. Áńgẹ́lì kan wà lẹ́gbẹ̀ẹ́ rẹ̀ nígbà gbogbo. Ó ṣe pé Kristẹni náà mọ gbogbo ohun tí Ọlọ́run ní fún un, kò ní dá sí ẹ̀ṣẹ̀ tàbí kí ó gbé láìbìkítà!

[**Kókó: *Ẹ̀ṣẹ̀ ṣí ìlẹ̀kùn (Efe. 4:27). Ìwà mímọ́ ń pa ààbò mọ́ (Owe. 25:28; Sek. 2:5)*** .

2. Ṣíṣe Àwọn Kristẹni tí wọ́n ti yípadà

Gẹ́gẹ́ bí alága tí Lucifer yàn, èmi yóò rán àwọn ọmọbìnrin wọ̀nyí sí àwọn ìjọ àti àwọn ẹgbẹ́. Àwọn ọmọbìnrin wọ̀nyí yóò wọ aṣọ dáradára, lẹ́yìn ìwàásù náà, wọn yóò jáde wá fún ìpè pẹpẹ, wọn yóò ṣe bí ẹni pé wọ́n ti gba Kristi, a ó sì gbàdúrà fún wọn. Nígbà tí ìpàdé tàbí ìsìn bá parí, wọ́n yóò dúró dè oníwàásù tí yóò ní ayọ̀ gidigidi fún àwọn tuntun wọ̀nyí.

Àwọn tí wọ́n yí padà lè tẹ̀lé oníwàásù náà lọ sí ilé rẹ̀. Tí oníwàásù náà kò bá ní ẹ̀mí òye , yóò fà á sínú ẹ̀ṣẹ̀ àgbèrè tàbí panṣágà. Èyí máa ń ṣẹlẹ̀ ní àkókò tí ó bá fẹ́ràn rẹ̀ pẹ̀lú ìfẹ́kúfẹ̀ẹ́. Yóò rí i dájú pé ó tẹ̀síwájú nínú ẹ̀ṣẹ̀ yìí títí tí yóò fi pa Ẹ̀mí Ọlọ́run nínú rẹ̀ tán, lẹ́yìn náà ó fi sílẹ̀, iṣẹ́ tí a ti ṣe parí.

[**Àwọn ààbò fún àwọn òjíṣẹ́:** ***má ṣe dámọ̀ràn nìkan; àwọn ibi ìpàdé tí a lè rí; ọkọ/àgbà wà níbẹ̀; pa ojú/ọkàn mọ́— Matteu 5:28; 1 Tim. 3:2; Owe. 4:23.]***

Ní àkókò yìí, mo fẹ́ jẹ́rìí Mínísítà kan. Nínú ayé ẹ̀mí búburú , a mọ̀ ọ́n sí ènìyàn Ọlọ́run. Nígbà tí ó bá kúnlẹ̀, ìdààmú yóò wà láàrín wa. Nítorí náà, a rán àwọn ọmọbìnrin wọ̀nyí sí i. Ọkùnrin yìí tilẹ̀ máa ń bọ́ wọn ṣùgbọ́n yóò kọ̀ láti jẹ́ kí wọ́n fà wọ́n mọ́ra. Wọ́n ṣe gbogbo ohun tí wọ́n lè ṣe ṣùgbọ́n wọn kò ṣàṣeyọrí. Nítorí náà, wọ́n pa àwọn ọmọbìnrin wọ̀nyí nítorí àìṣeéṣe wọn.
Lẹ́yìn náà, mo yí padà sí obìnrin kan mo sì lọ sọ́dọ̀ rẹ̀, nípa ọ̀rọ̀ kan Àwọn ìgbésẹ̀ gbìyànjú láti fà á mọ́ra, ṣùgbọ́n ó tẹnumọ́. Èyí ti pọ̀ jù fún mi, nítorí náà mo pinnu láti pa á ní ti ara. Ní ọjọ́ kan, Mínísítà yìí lọ sí ìlú ọjà Oduekpe Road. Mo wò ó, bí ó sì ti tẹrí ba láti ná owó àwọn ọjà kan , mo gbé ọkọ̀ akẹ́rù kan tí ó kún fún ìlù epo sínú ọjà níbi tí ó wà. Táyà ọkọ̀ náà kọlu òpópónà gíga NEPA, ó sì ṣubú sínú ọjà náà, ó sì pa ọ̀pọ̀ ènìyàn, ṣùgbọ́n Mínísítà yìí sá lọ. Bí ó ṣe sá lọ jẹ́ iṣẹ́ ìyanu. Ní ọjọ́ mìíràn, mo rí i tí ó ń rìnrìn àjò lọ sí ìlú Nkpor ní ẹsẹ̀. Mo tún gbé ọkọ̀ akẹ́rù ọmọ ogun kan tí ó kún fún ìyẹ̀fun láti pa á. Ọkọ̀ akẹ́rù náà lọ tààrà sí ojú ọ̀nà ìsìnkú tuntun, ó pa ọ̀pọ̀ ènìyàn, ṣùgbọ́n Mínísítà yìí sá lọ. Lẹ́yìn ìgbìyànjú kejì yìí, a juwọ́ sílẹ̀. Ó ṣì wà láàyè!
Nítorí Kristẹni kan ṣoṣo, Èṣù lè pinnu láti pa ọ̀pọ̀ ènìyàn run, ó rò pé òun lè pa á, ṣùgbọ́n ó máa ń kùnà nígbà gbogbo. Àwọn ìṣẹ̀lẹ̀ wọ̀nyí ti ṣẹlẹ̀ sí ọ̀pọ̀ Kristẹni tí wọn kò mọ̀, ṣùgbọ́n Ọlọ́run wọn máa ń gbà wọ́n sílẹ̀ nígbà gbogbo. Ìṣòro náà ni pé, Èṣù kì í juwọ́ sílẹ̀. Èrò rẹ̀ ni nígbà gbogbo: "Mo lè ṣe àṣeyọrí." Ṣùgbọ́n kò ṣe bẹ́ẹ̀. Níwọ̀n ìgbà tí Kristẹni bá ń rìn pẹ̀lú ìfẹ́ Ọlọ́run, tí ó sì dúró nínú Rẹ̀, tí kò sì fi ara rẹ̀ sínú àwọn ọ̀ràn ayé yìí, Èṣù kò lè ṣe àṣeyọrí láé, bí ó tilẹ̀ jẹ́ pé ó gbìyànjú tó. Àìgbàgbọ́ nìkan ló wà ní ìkáwọ́ rẹ̀.

[Ìṣírí : Ààbò Ọlọ́run jẹ́ òótọ́—Sáàmù 91; Aísá. 54:17; 2 Àwọn Ọba 6:16–17.]

Ìnilára Àwọn Kristẹni

Èyí sábà máa ń ṣẹlẹ̀ nínú àlá. Kristẹni kan lè rí àwọn nǹkan wọ̀nyí nínú àlá rẹ̀:

1. Ẹbí kan tó ti kú tó ń bẹ̀ ẹ́ wò.
2. Àwọn ìbòjú tí ń lépa rẹ̀.
3. Àwọn ọ̀rẹ̀kùnrin ń wẹ̀ nínú odò.
4. Àwọn ọ̀rẹ̀kùnrin mú oúnjẹ wá, wọ́n sì ń bẹ̀ ẹ́ pé kó jẹun.
5. Obìnrin kan tí kò tíì ṣe ìgbéyàwó tàbí ẹni tí ó ti ṣe ìgbéyàwó tí ó bá ọkùnrin lòpọ̀.
   Èyí, tí a kò bá ṣe é, máa ń yọrí sí àìlóyún nígbà mìì. Tàbí obìnrin tí ó lóyún rí ara rẹ̀ tí ó ń bá ọkùnrin lòpọ̀. Èyí, tí a kò bá ṣe é lẹ́sẹ̀kẹsẹ̀, lè yọrí sí ìṣẹ́yún.

Tí Kristẹni kan bá ní ìrírí àwọn nǹkan wọ̀nyí nínú àlá rẹ̀, kò yẹ kí ó fi ọwọ́ rẹ̀ pamọ́, ṣùgbọ́n nígbà tí ó bá jí lójú oorun, ó yẹ kí ó ṣàyẹ̀wò ara rẹ̀ kí ó sì jẹ́wọ́ ẹ̀ṣẹ̀ tí a mọ̀ fún Ọlọ́run, kí ó dè gbogbo àwọn ẹ̀mí èṣù wọ̀nyẹn kí ó sì béèrè lọ́wọ́ Ọlọ́run láti mú ohunkóhun tí a ti fi ọwọ́ bàjẹ́ padà bọ̀ sípò. Èyí ṣe pàtàkì púpọ̀. Ẹni náà tún yẹ kí ó wá ìrànlọ́wọ́ àti ìmọ̀ràn láti ọ̀dọ̀ Kristẹni tí ó kún fún Ẹ̀mí, tí ó dàgbà nínú ìgbàgbọ́.
[**Ètò ìgbésẹ̀ lórí jíjí:** ***(1) kọ/kọ̀ sílẹ̀ ní orúkọ Jésù (Lúùkù 10:19), (2) bẹ̀bẹ̀ fún ẹ̀jẹ̀ (Ìfihàn 12:11), (3) fagilé májẹ̀mú nínú àdúrà (Aísáyà 28:18), (4) mu ìdàpọ̀ bí ó bá ṣeé ṣe (1 Kọ́r. 11), (5) gba ìbòjú olùṣọ́ àgùntàn.]***

Èṣù tó ń gba ẹ̀mí Bìlísì

Nígbà tí Jésù Kristi ń fi ayé yìí sílẹ̀; Ó pàṣẹ fún àwọn ọmọ-ẹ̀yìn Rẹ̀ pé: "Ẹ lọ sí gbogbo ayé, kí ẹ sì sọ gbogbo orílẹ̀-èdè di ọmọ-ẹ̀yìn." Nígbà tí àwọn Kristẹni kan ṣì ń dúró de àkókò tó yẹ àti tó rọrùn láti gbọ́ràn sí àṣẹ yìí, Èṣù tún ti fún àwọn aṣojú rẹ̀ ní àṣẹ yìí. Ìyàtọ̀ náà ni pé, àwọn aṣojú Èṣù ṣe pàtàkì jù ní jíjèrè ọkàn ju àwọn Kristẹni lọ!
Ọ̀kan lára àwọn agbègbè tí Èṣù ti ń gba ẹ̀mí ni àwọn ilé-ẹ̀kọ́ girama, pàápàá jùlọ àwọn ilé-ẹ̀kọ́ ọmọbìnrin. A máa ń rán àwọn ọmọbìnrin wa sí àwọn ilé-ẹ̀kọ́ gẹ́gẹ́ bí akẹ́kọ̀ọ́. A máa ń fún wọn ní gbogbo aṣọ ìbora tuntun àti olówó gọbọi. Èyí ni ohun àkọ́kọ́, nítorí pé ní àwọn ilé ìtura àwọn ọmọbìnrin, wọ́n fẹ́ràn lílo aṣọ ìbora nìkan. Aṣojú wa kì í ṣe aláìní ohunkóhun, ohun ìṣaralóge, aṣọ, aṣọ ìbora, ìwé, oúnjẹ àti owó. A máa ń fún un ní ọṣẹ ìwẹ̀ pàtó kan láti yá ẹnikẹ́ni tí ó bá béèrè fún ọṣẹ lọ́wọ́ rẹ̀. Ọmọbìnrin tí ó bá fẹ́ dà bí i yóò fà mọ́ra, yóò sì bá a ṣọ̀rẹ́. Díẹ̀díẹ̀, aṣojú wa yóò mú wa wá sọ́dọ̀ rẹ̀. Ní àkókò yìí, a óò bẹ̀ ẹ́ wò nípa ti ara, a óò sì bẹ̀rẹ̀ sí í fún un ní ẹ̀bùn àti láti bá àìní rẹ̀ mu. Pẹ̀lú èyí, yóò dara pọ̀ mọ́ wa pẹ̀lú ìfẹ́ ọkàn. Òun náà yóò gba òmíràn àti bẹ́ẹ̀ bẹ́ẹ̀ lọ. Èyí ni a gbà gẹ́gẹ́ bí iṣẹ́ àkànṣe, a sì ń ṣe é pẹ̀lú ìpinnu láti ṣàṣeyọrí.
Ohun kan yẹ kí a sọ kedere: Sátánì kì í fipá mú ẹnikẹ́ni. Ohun tí ó ń ṣe ni láti fà ọ́ mọ́ra kí ó sì mú ọ wá sọ́dọ̀ rẹ̀ pẹ̀lú ìfẹ́ ọkàn. Ìdí nìyẹn tí Bíbélì fi sọ pé: "Kọ̀ dára fún Èṣù, yóò sì sá kúrò lọ́dọ̀ rẹ" (Jákọ́bù 4:7). Apá mìíràn tí a fi ń gba ẹ̀mí Èṣù ni láti gbé e sókè. A máa ń rán àwọn ọmọbìnrin wa lọ sí ojú ọ̀nà, wọ́n sì sábà máa ń lẹ́wà gan-an, wọ́n sì wọ aṣọ tó dára. A ó tún rí wọn ní àwọn hótẹ́ẹ̀lì, nípasẹ̀ àwọn ọ̀nà wọ̀nyí a ó sì rí àwọn ọkùnrin àti obìnrin. Ọ̀pọ̀ ènìyàn tí a ń rí tí wọ́n sọnù nínú ìwé ìròyìn sọnù, ni wọ́n sọnù nípa fífún

àwọn ọmọbìnrin tí wọn kò mọ̀ ní ìgbé erù.
Nítorí náà, ó yẹ kí o ṣọ́ra ẹni tí o gbé nínú ọkọ̀ rẹ.

[**Ẹrù sí Ṣọ́ọ̀ṣì:** ***Má ṣe fi àwọn ilé ìwé àti àwọn ọ̀dọ́ sílẹ̀ láìsí ààbò—gbé iṣẹ́ ọmọ-ẹ̀yìn ní ilé-ẹ̀kọ́ gíga, ìtọ́sọ́nà ààbò, àti ìṣọ́ra òbí (Òwe 22:6; 2 Tim. 3:14–15). Máa lo ààlà ọgbọ́n pẹ̀lú àwọn àlejò /" àwọn lífìtì."]***

Àwọn Irinṣẹ́ Ìránṣẹ́ Kíákíá (ojú ìwé kan)

- **Nígbà tí ìpínyà bá dé bá wa níbi iṣẹ́:** yan olùbẹ̀bẹ̀ tí ó wà ní ẹ̀yìn, kí ó máa fi pẹ̀lẹ́pẹ̀lẹ́ bá wa sọ̀rọ̀, kí ó máa gbàdúrà nínú Ẹ̀mí ní ìdákẹ́jẹ́ẹ́ (Efe. 6:18).
- **Nígbà tí ìfẹ́kúfẹ̀ẹ́/ìtànjẹ bá súnmọ́:** sá (2 Tím. 2:22), jẹ́wọ́, pe alábàáṣiṣẹpọ̀ kan lẹ́sẹ̀kẹsẹ̀.
- **Nígbà tí àlá ìnilára bá ṣẹlẹ̀:** gbàdúrà sókè; ba májẹ̀mú jẹ́; fi òróró kun ilẹ̀kùn; ka Sáàmù 91/Aísáyà 54; gba ìdàpọ̀; sọ fún àwọn alàgbà láti gbàdúrà (Jákọ́bù 5:14–16).
- **Nígbà tí ìdàrúdàpọ̀/àríyànjiyàn bá dìde nínú ìbáṣepọ̀:** dáwọ́ dúró fún ètò ìjíròrò; ìṣẹ́jú mẹ́wàá ti ìyìn àti kíkà Ìwé Mímọ́; tún fi iṣẹ́ àyànfẹ́ múlẹ̀; gbàdúrà fún ìṣọ̀kan (Sáàmù 133; Jòhánù 17).
- **Ààbò àwọn ọ̀dọ́:** àṣà ìmẹ̀tọ́ nípa jíjẹ́ ọmọ-ẹ̀yìn kì í ṣe ìtìjú; àwọn ààbò oní-nọ́ńbà/ìròyìn; àwọn ẹgbẹ́ Ọ̀rọ̀ ọ̀sọ̀ọ̀sẹ̀; àwọn olùdámọ̀ràn obìnrin tí a ti kọ́ lẹ́kọ̀ọ́ fún àwọn ọmọbìnrin, àwọn olùdámọ̀ràn ọkùnrin fún àwọn ọmọkùnrin.

Àdúrà Ìdánilójú

Olúwa Jésù, ìwọ ni ìhámọ́ra mi àti ìṣẹ́gun mi. Mo ti gbogbo ilẹ̀kùn tí ó ṣí sílẹ̀ nípasẹ̀ ẹ̀ṣẹ̀ tàbí àìbìkítà. Fi òtítọ́, òdodo, ìhìnrere àlàáfíà, ìgbàgbọ́, ìgbàlà, àti Ọ̀rọ̀ Ọlọ́run wọ̀ mí. Kọ́ ọwọ́ mi sí ogun àti ọkàn mi láti ní ìfẹ́. Mo kọjú ìjà sí èṣù; ó gbọ́dọ̀ sá. Jẹ́ kí ògiri iná yí mi àti ilé mi ká. Fi mí múlẹ̀ ní mímọ́, òye, àti ẹ̀rí onígboyà—Àmín. *(Éfé. 6:10–18; Sek. 2:5; Jákọ́bù 4:7)*

Orí Karùn-ún: Ìpàdé Mi Pẹ̀lú Jésù Kristi

(Ẹ̀rí ìpilẹ̀ṣẹ̀ tí a fi pamọ́, pẹ̀lú àwọn àtúnyẹ̀wò kúkúrú)

"Ní oṣù kejì ọdún 1985, a ṣe ìpàdé déédéé wa ní ojú omi, lẹ́yìn èyí ni mo pinnu láti rìnrìn àjò lọ sí Port Harcourt ní Ìpínlẹ̀ Rivers, láti lọ kí ìyàwó àbúrò mi tó ti kú. Mo pàdé ọkùnrin kan tí orúkọ rẹ̀ ń jẹ́ Anthony. Ó ní ìdánilẹ́kọ̀ọ́ kan ní Nwaja Junction, ní ọ̀nà Trans- Amadi , Port Harcourt, Ìpínlẹ̀ Rivers. Ó ránṣẹ́ sí mi, nítorí pé ní àwùjọ wa, òfin kò gbọ́dọ̀ kọ̀ láti pe àwọn ènìyàn, mo pinnu láti dáhùn ìpè rẹ̀. Mo lọ sí ọ̀dọ̀ rẹ̀ ní ọ̀sán ní ọjọ́rú ní ọ̀sẹ̀ yẹn. Ó bẹ̀rẹ̀ pẹ̀lú sísọ pé Ọlọ́run ti fún òun ní ìhìn iṣẹ́ kan fún mi. Ó mú Bíbélì rẹ̀ jáde, ó sì bẹ̀rẹ̀ sí í wàásù. Àwọn Kristẹni mẹ́ta mìíràn jókòó (ọkùnrin kan àti obìnrin méjì). Ó tẹ̀síwájú nínú ìwàásù rẹ̀ fún ìgbà pípẹ́, mi ò sì dá mi lójú pé mo gbọ́ gbogbo ohun tí ó sọ. Ó ní kí n kúnlẹ̀ fún àdúrà. Mo gbọ́ràn, mo sì kúnlẹ̀ ní ìdákẹ́jẹ́ẹ́.

Lójúkan náà, ó bẹ̀rẹ̀ àdúrà rẹ̀. Ẹ̀mí Ọlọ́run lù mí, mo sì ṣubú lulẹ̀. Mo jà fitafita, mo sì dúró bí irin. Mo ba àwọn àga irin tí ó wà nínú ìdánilẹ́kọ̀ọ́ náà jẹ́. Mo wo òde, mo sì rí mẹ́ta lára àwọn ọmọ ẹgbẹ́ ìkọ̀kọ̀ wa, ọkùnrin kan àti ọmọbìnrin méjì.

Wọ́n wá ní ìrísí ènìyàn, wọ́n sì gbéra. sí ẹnu ọ̀nà ṣùgbọ́n nítorí agbára Ọlọ́run, wọn kò lè wọlé."

[**Àkíyèsí:** Pàápàá ọ̀run àpáàdì kò lè rú ààlà àṣẹ Ọlọ́run (Sáàmù 91:1–3; Lúùkù 10:19). Ìfòróróyàn náà ń fọ́ àjàgà.]

"Mo da mi loju pe itaniji inu okun ti fi to won leti nipa wahala naa, pelu TV won mo ibi ti isoro naa wa, won si ti ran egbe igbala 'alailewu'. Eyi maa n sele nigba ti omo egbe kan ba ni wahala. Nigba ti awon okunrin Kristiani meji naa ba mi kunle lori ekun mi, awon omobirin naa tesiwaju lati gbadura ati di awon eṣu mu, sugbon won ko so pato. Won beere lowo mi boya mo gbagbo ninu Jesu Kristi, mi o so ohunkohun. Won ni ki n pe oruko Jesu, mo ko. Won beere oruko mi fun mi, mo si so fun won. Won tiraka fun wakati pupọ, won si da mi sile lati lo. Ko si emi ti o kuro lara mi, mo si jade lona kanna bi igba ti mo ba wole."

[**Ẹ̀kọ́:** Ìdáǹdè nílò ìfihàn àti àṣẹ—kì í ṣe ìmọ̀lára. Pàtàkì àti òye ṣe pàtàkì (Máàkù 9:29; Ìṣe Àwọn Apọsteli 19:15–16).]

Àwọn Ìṣẹ̀lẹ̀ Ìjọ

"Ní ọjọ́ kejì, ọjọ́ Ẹtì ni ọjọ́ Ẹtì, Anthony kan náà pè mí láti lọ síbi ìṣọ́ alẹ́ wọn ní ìjọ Assemblies of God, Silver Valley, Port Harcourt. Mo gba ìkésíni yìí nítorí pé lílọ sí ìsìn ìsìn láti fa oorun àti ìdàrúdàpọ̀ jẹ́ apá kan iṣẹ́ wa. Ètò náà bẹ̀rẹ̀ pẹ̀lú àwọn orin. A kọrin títí tí ọ̀kan lára àwọn ọmọ ẹgbẹ́ fi gbé orin olókìkí jáde láti ọ̀dọ̀ Ẹgbẹ́ Àwọn Kristẹni kan pàtó, nípa àìlágbára àwọn agbára mìíràn yàtọ̀ sí agbára Jésù.
Lẹ́yìn náà ni mo bẹ̀rẹ̀ sí í rẹ́rìn-ín. Mo rẹ́rìn-ín nítorí pé nígbà tí mo wo inú ìgbésí ayé wọn, ó fẹ́rẹ̀ẹ́ tó ìdá mẹ́ta nínú mẹ́rin

àwọn ènìyàn tí wọ́n ń kọ orin yìí ń gbé nínú ẹ̀ṣẹ̀. Mo mọ̀ pé nítorí ẹ̀ṣẹ̀ tí wọ́n ní nínú ìgbésí ayé wọn, àwọn agbára wọ̀nyí tú wọn síta, wọ́n sì lè pa wọ́n lára gidigidi."

[**Ìmọ̀ràn:** Ìyìn láìsí ìwà mímọ́ jẹ́ ariwo sí ọ̀run (Isaiah 1:15; Johannu 4:24). Ìwà mímọ́ ni ààbò àwọn olùjọ́sìn.]

"Nínú ìsìn yẹn, a jẹ́ mẹ́rin láti inú òkun, a sì ń kọrin, a sì ń pàtẹ́wọ́ pẹ̀lú wọn. Mo tún fẹ́ tẹnu mọ́ ọn pé nígbà tí ìsìn bá bẹ̀rẹ̀, ó yẹ kí a kọ́kọ́ gba àwọn ọmọ ẹgbẹ́ níyànjú láti jẹ́wọ́ ẹ̀ṣẹ̀ wọn, lẹ́yìn náà kí wọ́n lọ sí àkókò ìyìn gidi sí Ọlọ́run. Èyí yóò mú kí aṣojú Sátánì tí ó wà níbẹ̀ má balẹ̀ rárá, kí ó sì sá àsálà fún ẹ̀mí rẹ̀.
Nínú ìsìn pàtàkì yìí, a ní ìtùnú gidigidi, a sì bẹ̀rẹ̀ sí í ṣiṣẹ́. Ọ̀pọ̀lọpọ̀ bẹ̀rẹ̀ sí í sùn, a kọ orin aládùn, nǹkan sì lọ bí ó ti yẹ."

[**Àkíyèsí:** Ìjẹ́wọ́ àti ìrònúpìwàdà ń pe iná àtọ̀runwá. Níbi tí kò bá sí ìwà mímọ́, òkùnkùn máa ń wà nílé (2 Kírónìkà 7:14).]

"Arákùnrin Anthony ti sọ fún wọn nípa mi, nítorí náà ní nǹkan bí agogo méjì òwúrọ̀, wọ́n pè mí láti gbàdúrà fún mi. Nígbà tí mo jáde sí iwájú, wọ́n bẹ̀rẹ̀ sí í bẹ̀bẹ̀ fún ẹ̀jẹ̀ Jésù. Mo dá wọn dúró, mo sì wí pé: 'Kì í ṣe ẹ̀bẹ̀ fún ẹ̀jẹ̀ ni ojútùú. Èmi jẹ́ ọmọ ẹgbẹ́ ìkọ̀kọ̀ jíjìn. Tí o bá gbà pé o lè gbà mí sílẹ̀, nígbà náà ni màá kúnlẹ̀.' Àwọn ọ̀rọ̀ wọ̀nyí tí mo sọ kì í ṣe ti àròjinlẹ̀. Ẹ̀jẹ̀ Jésù ń dẹ́rù ba àwọn ẹ̀mí èṣù, ó sì ń dáàbò bo onígbàgbọ́, ṣùgbọ́n kì í dè àwọn ẹ̀mí èṣù. Dídè àwọn ẹ̀mí èṣù máa ń wáyé nígbà tí Kristẹni bá lo àṣẹ rẹ̀, tí ó sì pàṣẹ fún un.

[**Àlàyé:** Ẹ̀jẹ̀ náà ń ra nǹkan padà ó sì ń dáàbò bò ó; àṣẹ ní Orúkọ Jésù ń fi agbára mú ìṣẹ́gun wá (Ìfihàn 12:11; Máàkù 16:17–18).]

"Wọ́n gbà, mo sì kúnlẹ̀. Nígbà náà ni arábìnrin kan tí Ẹ̀mí Ọlọ́run ń darí kígbe pé: 'Tí o kò bá yẹ, má ṣe sún mọ́!' ... Ó léwu fún Kristẹni tí ń gbé nínú ẹ̀ṣẹ̀ láti lé àwọn ẹ̀mí èṣù jáde. Ọ̀pọ̀lọpọ̀ fà sẹ́yìn, àwọn díẹ̀ sì jáde wá láti gbàdúrà fún mi. Bí wọ́n ṣe bẹ̀rẹ̀ pẹ̀lú 'Ní orúkọ Jésù,' mo gbọ́ ìró ńlá kan nínú mi, mo sì ṣubú lulẹ̀... Àwọn agbára méjì tí wọ́n tako ara wọn bẹ̀rẹ̀ sí í ṣiṣẹ́, ojú ọjọ́ sì yípadà."

[**Àkíyèsí:** Àwọn ohun èlò mímọ́ nìkan ló ní àṣẹ pípẹ́ (2 Tímótíù 2:21). Ìdáǹdè jẹ́ ogun mímọ́.]

"Ẹ̀mí Ànjọ̀nú kan jáde kúrò lára mi, ó sì gbé ọmọkùnrin kan láàrín wọn... Àwọn arákùnrin náà kò fi àkókò ṣòfò pẹ̀lú rẹ̀ dípò kí wọ́n mú òun àti àwọn mìíràn tí wọ́n bẹ̀rù lọ sí ilé ìṣọ́ ìjọ, wọ́n sì tì wọ́n mọ́ inú rẹ̀. Èyí ń bá a lọ títí di agogo méje òwúrọ̀... Wọ́n tàn wọ́n jẹ láti gbàgbọ́ pé wọ́n ti gbà mí là."

[**Ẹ̀kọ́:** Ìmọ̀ye jẹ́ pàtàkì; àwọn ìdáǹdè kan jẹ́ apa kan tàbí èké tí a kò bá yanjú gbòǹgbò wọn (Lúùkù 11:24–26).]

"Mo rẹ̀wẹ̀sì gan-an débi pé ó ṣòro fún mi láti jáde kúrò nínú ìjọ. Ṣùgbọ́n nǹkan kan ṣẹlẹ̀, nítorí pé bí mo ṣe jáde kúrò nínú ìjọ tí mo sì kọjá ọ̀nà, mo di alágbára gan-an nípa ti ara. Bóyá àwọn ẹ̀mí èṣù kan tí wọ́n jáde padà wá. Inú bí mi gan-an, mo sì pinnu láti gbẹ̀san lára ìjọ."

[**Ìrònú:** Ọ̀tá máa ń jà gidigidi kí ó tó di òmìnira; ṣùgbọ́n Ọlọ́run máa ń gbé àwọn ọ̀tá àtọ̀runwá kalẹ̀ kódà nípasẹ̀ ìkùnà tí ó dàbí ẹni pé ó kùnà (Jẹ́nẹ́sì 50:20)].

Ọ̀nà sí Èkó

"Nígbà tí mo dé ilé ìyàwó ẹ̀gbọ́n mi, mo sọ fún wọn pé mo fẹ́ lọ sí Èkó lẹ́sẹ̀kẹsẹ̀... Ní Mile 3, a gbéra, nígbà tí a dé Omagwe , ní Ibùdókọ̀ Òfurufú Àgbáyé, mo gbọ́ ohùn kan tí ó ń pè mí ní orúkọ ìbílẹ̀ mi 'NKEM.' ... Bí mo ṣe ń ṣe kàyéfì, ohùn náà tún dún: 'NKEM, ṣé o tún fẹ́ fi mí hàn?' ... Lójijì ni ibà bẹ̀rẹ̀ sí í ṣe mí... Ní Umuakpa ní Owerri, mo wó lulẹ̀ nínú ọkọ̀ takisí náà."

[**Àkíyèsí:** Àánú Ọlọ́run ló mú wa dé ààrín ìrìn àjò—àkókò tí Sọ̀ọ̀lù fi dé Damasku (Ìṣe Àwọn Apọsteli 9:3–6).]

"Ohun tó tún ṣẹlẹ̀ ni pé àwọn ọkùnrin méjì, gíga àti ńláńlá, wá láti mú mi... 'Ọkùnrin tí a ń wá ni ó!' ... A lọ sí ilé ńlá kan tó gùn gan-an tó dà bí Gbọ̀ngàn Àpérò.... Ní ìparí pẹpẹ kan wà. Mo rí òṣùpá àti ìràwọ̀ tó yí oòrùn ká. Lẹ́yìn náà mo rí ìtẹ́ kan, ọkùnrin kan tó lẹ́wà gan-an tó sì wọ aṣọ tó ń tàn bí oòrùn sì jókòó lórí rẹ̀. Ó ní: 'Wá!' ... Lẹ́yìn náà, òṣùpá padà sí ìtẹ́ náà, lẹ́yìn náà Ẹni tó jókòó lórí rẹ̀ tún sọ pé: 'Wá!'"

[**Ìtumọ̀:** Èyí jẹ́ ìpàdé ikú-sí-ìyè àgbáyé—ara tí a so mọ́lẹ̀, ẹ̀mí tí a fà síwájú ìtẹ́ ìdájọ́ Kristi (2 Kọ́r. 5:10).]

Ìwẹ̀nùmọ́ Ẹ̀mí Mímọ́

"Mo rìn dé ibi kan, Ó sì jáde láti orí ìtẹ́ náà wá sọ́dọ̀ mi, ó yọ ẹsẹ̀ mi kúrò ní ọ̀kọ̀ọ̀kan, ó sì tú ohun tí ó wà nínú wọn jáde, ó sì tún wọn ṣe.... Mo ń ṣe kàyéfì ní ọkàn mi, ta ni èyí lè jẹ́ àti báwo ni Ó ṣe mọ àwọn ibi tí wọ́n tọ́jú àwọn nǹkan wọ̀nyí sí."

[**Ìtumọ̀:** Olúwa fa àwọn ẹ̀mí èṣù tí a gbìn sínú ilẹ̀ tu, ó sì fi gbogbo ara rẹ̀ rọ́pò wọn—Esekieli 36:26.]

"Lẹ́yìn èyí, ó padà sí ìtẹ́ Rẹ̀ ó sì ní kí n wá.... Ó ní: 'Bẹ́ẹ̀ ni, ṣùgbọ́n èmi yóò fi ohun tí o ní lọ́kàn hàn ọ́.' ... Ọkùnrin yìí mú mi lọ sí yàrá kan ó sì ṣí ohun kan bí pákó ìbòrí... níwájú mi ni a ti kọ gbogbo ohun tí mo ti gbèrò lòdì sí àwọn Kristẹni àti ètò mi lòdì sí ìjọ Assemblies of God, Silver Valley."

[**Ẹ̀kọ́:** Kò sí ohun tó fara pamọ́ níwájú Ọlọ́run (Hébérù 4:13). Ìjẹ́wọ́ àti ìrònúpìwàdà pa pátákó náà rẹ́.]

Àwọn Ìfihàn Àtọ̀runwá

"Ó jáde láti orí ìtẹ́, ó sì gbá mi mú ní ọwọ́ Rẹ̀, ó sì wí pé òun yóò fi àwọn nǹkan kan hàn mí... 'Èmi kò fẹ́ kí o parun bí kò ṣe láti gbà ọ́ là, èyí sì ni àǹfàní ìkẹyìn rẹ.' ... Nígbà tí Ó sọ èyí, mo mọ̀ nígbà náà pé Òun ni Jésù Kristi."

[**Oore-ọ̀fẹ́:** Àní àwọn tí ó ti di aláìmọ́ jùlọ ni a lè pè *ní ìgbà ìkẹyìn.* Àánú ṣì ń bẹ̀bẹ̀ (Isa. 1:18)].

"A wọ yàrá kan, Ó sì ṣí ohun kan bí aṣọ ìkélé. Mo rí gbogbo ayé... A wọ yàrá kejì... Ó pe àwọn ènìyàn wọ̀nyí ní 'àgàbàgebè.' ... A wọ yàrá kẹta... 'Àwọn wọ̀nyí ni àwọn tí a rà padà tí wọ́n ń dúró de èrè wọn.' ... A wọ yàrá kẹrin... Ó dàbí ìlú kan tí ó ń jóná. Ọrun àpáàdì jẹ́ òótọ́ àti búburú.... Ó sọ orúkọ wọn gẹ́gẹ́ bí a ti kọ ọ́ sílẹ̀ nínú Ìfihàn 21:8."

[**Ìkìlọ̀:** Ẹ̀rí náà bá ẹ̀rí Ìwé Mímọ́ mu—Ọ̀run àti ọ̀run jẹ́ àyànmọ́ gidi (Mátíù 25:41–46).]

"A wọ yàrá karùn-ún, nígbà tí Ó ṣí aṣọ ìkélé kan, ohun tí mo rí ni a lè pè ní ÒGO.... Ó ní: 'Èyí ni ìrètí àwọn ènìyàn mímọ́. Ṣé ìwọ yóò wà níbẹ̀?' Lójúkan náà ni mo dáhùn pé 'Bẹ́ẹ̀ ni!' ... Ó ní: 'Lọ kí o sì jẹ́rìí ohun tí mo ti ṣe fún ọ.'"

[**Iṣẹ́ Àṣẹ:** Gbogbo ìpàdé tòótọ́ ló máa ń bí àṣẹ — *" Ẹ lọ sọ."* (Máàkù 5:19)]

Ìpadàbọ̀ sí Ilẹ̀ Ayé

"Lẹ́ẹ̀kan sí i, ó mú mi lọ sí yàrá mìíràn... 'Má bẹ̀rù, lọ, èmi yóò wà pẹ̀lú rẹ.' Ó mú mi jáde kúrò ní gbọ̀ngàn náà ó sì pòórá, mo sì jí lórí ibùsùn kan ní ilé ọkùnrin mìíràn.... Ọkùnrin náà wá sọ bí mo ṣe ṣubú sínú takisí àti bí wọ́n ṣe gbé mi lọ sí Kàtídírà Kátólíìkì níbẹ̀ ní Owerri.... Ọkùnrin náà wá gbé mi sínú ọkọ̀ rẹ̀ lọ sí ilé rẹ̀, mo sì ti ń dúró dè é.... Mo dúró ní ìrọ̀rùn pẹ̀lú ìdílé onínúure yìí fún ọjọ́ méjì, lẹ́yìn náà ọkùnrin náà àti ìyàwó rẹ̀ wa mi lọ sí ibi ìdúró ọkọ̀ ayọ́kẹ́lẹ́ Owerri."

[**Àkíyèsí:** Àwọn ìpinnu Ọlọ́run sábà máa ń ní àwọn àlejò tí Ẹ̀mí ń darí—Heb 13:2.]

"Gbogbo ohun tí Olúwa fi hàn mí nípa ìrìn àjò mi ṣẹlẹ̀ lọ́kọ̀ọ̀kan.... Mo gbọ́ràn mo sì fi ìlú Èkó sílẹ̀ lọ sí Port Harcourt ní òwúrọ̀ ọjọ́ kejì. Mo sábà máa ń bi ara mi pé, kí ló dé tí Olúwa yóò fi gba ènìyàn bíi tèmi là? Ọkùnrin burúkú àti apanirun, aṣojú Sátánì! Mo rí ìdáhùn nínú ọ̀rọ̀ mẹ́ta wọ̀nyí: **Ọlọ́run ni ìfẹ́.** Ní tòótọ́, Ọlọ́run ni ìfẹ́! (1 Jòhánù 4:8, 4:16)"

[**Àkíyèsí Ìkẹyìn:** Ìfihàn ìkẹyìn kìí ṣe ìdájọ́ bíkòṣe ìfẹ́—Johannu 3:16; Romu 5:8.]

Àwọn Kọ́kọ́rọ́ Ẹ̀mí fún Lónìí

1. **Aṣẹ:** Mọ kí o sì lo ẹ̀tọ́ òfin rẹ nínú Kristi (Lúùkù 10:19).
2. **Ìmọ́tótó:** Ìrònúpìwàdà máa ń mú kí ìhámọ́ra náà wà ní ipò pípé; ẹ̀ṣẹ̀ máa ń pe àwọn ènìyàn láti padà wọlé.
3. **Ìmọ̀ràn:** Kìí ṣe gbogbo ìfarahàn ẹ̀mí ni ó jẹ́ ti Ọlọ́run; dán gbogbo ẹ̀mí wò (1 Jòhánù 4:1).
4. **Àwùjọ:** Ìdáǹdè ni ó dára jùlọ nínú àdúrà àjọpọ̀ pẹ̀lú àwọn olùbẹ̀bẹ̀ olódodo.
5. **Ẹlẹ́rìí:** Gbogbo ìgbàlà nílò ẹ̀rí—ìdákẹ́jẹ́ẹ́ ń ran ọ̀tá lọ́wọ́.

Àdúrà Ìfọkànsìn Pátápátá

Olúwa Jésù Kristi, mo jẹ́wọ́ rẹ gẹ́gẹ́ bí Olúwa àti Olùgbàlà tòótọ́ kan ṣoṣo. Mo dúpẹ́ lọ́wọ́ rẹ fún rírà mí padà kúrò nínú gbogbo májẹ̀mú òkùnkùn. Mo fi ẹ̀mí mi, ara mi, ọkàn mi, àti ẹ̀mí mi lé ọ lọ́wọ́. Mú gbogbo ìpìlẹ̀ ọ̀tá tí ó fara pamọ́ kúrò; wẹ̀ mí mọ́ nípa Ẹ̀jẹ̀ Rẹ; fi Ẹ̀mí Mímọ́ kún mi; kí o sì lò mí láti dá àwọn ẹlòmíràn sílẹ̀. Jẹ́ kí ìgbésí ayé mi jẹ́rìí pé **Ọlọ́run ni**

Ìfẹ́ . Àmín.
(Jòhánù 3:16 • 1 Jòhánù 4:8 • Éfésù 6:10-18)

Orí Kẹfà: Ìdánwò àti Ìṣẹ́gun

"Àwọn àgùntàn mi gbọ́ ohùn mi, mo sì mọ̀ wọ́n, wọ́n sì ń tẹ̀lé mi: Èmi sì fún wọn ní ayérayé. ìyè; wọn kì yóò sì ṣegbé láéláé, bẹ́ẹ̀ ni ẹnikẹ́ni kì yóò já wọn gbà kúrò lọ́wọ́ mi" Johannu 10:27-28

[Àlàyé: ***Ìlérí yìí ṣe àkójọ gbogbo orí náà: Ìmú Jésù lágbára ju ìkọlù àtakò èyíkéyìí lọ (Jòhánù 10:27–28).]***

Lẹ́yìn tí mo yípadà sí Kristi, ohun àkọ́kọ́ tí ó ṣẹlẹ̀ ni gbogbo ẹ̀bùn láti inú òkun, awòrán ìró, tẹlifíṣọ̀n, àwọn ṣẹ́ẹ̀tì, àwọn fọ́tò tí mo yà sínú yàrá ìwádìí òkun àti fọ́tò Ayaba Etíkun tí a gbé kalẹ̀ ní ilé mi pòórá.
[Àlàyé: ***Ìṣe Àwọn Aposteli 19:19 — àwọn ohun ìṣẹ̀ǹbáyé ìjìnlẹ̀ pàdánù agbára wọn, a sì gbọ́dọ̀ sọ wọ́n nù; Olúwa sábà máa ń mú wọn kúrò ní ipò ọba.]***

Nígbà tí mo padà sí Port Harcourt, mo ní ìfẹ́ láti jẹ́rìí ohun tí Olúwa ṣe fún mi ṣùgbọ́n wọn kò gbà mí láàyè nínú ìjọ. Ìyàwó àbúrò mi tó ti kú, tí ó tún jẹ́ Kristẹni, mú mi lọ sí ọ̀dọ̀ ọ̀kan lára àwọn pásítọ̀, ṣùgbọ́n ìbéèrè tí ó béèrè ni: "Ṣé ó mú ìwé náà wá?" Lẹ́yìn náà ni mo lóye pé ìwé tí ó ń sọ ni "lẹ́tà ẹgbẹ́." Kí ni lẹ́tà ẹgbẹ́ ní í ṣe pẹ̀lú jíjẹ́rìí agbára Kristi àti ohun tí Ó ti ṣe fún mi—Ọlọ́run, tí ó yí mi padà kúrò nínú agbára òkùnkùn sí ìjọba Ọmọ Rẹ̀ ọ̀wọ́n, nínú ẹni tí mo ní ìràpadà nípasẹ̀ ẹ̀jẹ̀ Rẹ̀, àní ìdáríjì ẹ̀ṣẹ̀ mi?
[Àlàyé: ***Ìjọba lè pàdánù àkókò Ọlọ́run. Síbẹ̀, ẹ̀rí jẹ́ ti ìwé mímọ́ (Ìfihàn 12:11); àkókò àti ọ̀ràn olùṣọ́ àgùntàn.]***

Mo banujẹ gidigidi, nítorí mo mọ̀ pé Sátánì kò jẹ́ kí àwọn ọ̀dọ́mọdé tí wọ́n ti di ọmọ ẹ̀yìn máa jẹ́rìí, pàápàá jùlọ àwọn tí wọ́n ti kópa nínú ìgbòkègbodò rẹ̀ tẹ́lẹ̀, wọ́n sì máa ṣe gbogbo ohun tí wọ́n lè ṣe láti dá irú ẹ̀rí bẹ́ẹ̀ dúró. Mo tún rántí pé Olúwa pàṣẹ fún mi ní kedere pé kí n "lọ kí n sì jẹ́rìí ohun tí mo ti ṣe fún ọ" níbí, mo sì dojú kọ ìkọ̀sílẹ̀. Bóyá àkókò kò tíì tó. Nítorí náà, mo pinnu láti fi ẹ̀rí mi sílẹ̀ fún ẹnikẹ́ni. Mo rìnrìn àjò pẹ̀lú àwọn oníṣòwò mẹ́ta láti Aba lọ sí Togo fún ìrìn àjò iṣẹ́ kan. Níbẹ̀ ni mo ti ra àwọn ọjà tí ó tó N160,000 (Ọgọ́ta àti Ọgọ́ta Ẹgbẹ̀rún Náírà). Nínú iye owó yìí, owó ara mi jẹ́ N70,000 nígbà tí N90,000 tí ó kù ni mo yá lọ́wọ́ àwọn oníṣòwò ní Aba. Lára àwọn nǹkan tí mo rà ni àwọn ìdìpọ̀ okùn, onírúurú oògùn (pàápàá jùlọ àwọn oògùn abẹ́rẹ́), abẹ́rẹ́, àwọn ohun èlò ìgbóná ara, àti bẹ́ẹ̀ bẹ́ẹ̀ lọ. Ní ààlà Nàìjíríà, àwọn ọlọ́pàá mú wa, wọ́n sì ní kí a san owó àbẹ̀tẹ́lẹ̀ díẹ̀. A kọ̀, wọ́n sì gba àwọn ọjà náà, títí kan àwọn ti àwọn ẹlẹgbẹ́ mi. Ní oṣù díẹ̀ lẹ́yìn náà, wọ́n tú àwọn tí wọ́n jẹ́ ti àwọn ẹlẹgbẹ́ mi sílẹ̀, àyàfi tèmi. Mo padà sẹ́yìn, wọ́n sì ní kí n san N40,000, ṣùgbọ́n nígbà tí mo ṣàyẹ̀wò àwọn ọjà náà, mo rí i pé gbogbo àwọn ọjà iyebíye, àwọn ìdìpọ̀ okùn, abẹ́rẹ́, oògùn olóró, àti bẹ́ẹ̀ bẹ́ẹ̀ lọ, ni wọ́n ti jí. Mo ṣe àyẹ̀wò àwọn ọjà tó kù, mo sì mọ̀ pé sísan N40,000 fún àwọn ọlọ́pàá yóò mú kí àdánù náà pọ̀ sí i, nítorí náà mo pinnu láti fi àwọn ọjà tó kù sílẹ̀.

[Àlàyé: ***Nígbà tí àwọn aṣọ ìbora àtijọ́ bá ti lọ, Ọlọ́run ń kọ́ wa láti rìn ní ọ̀nà Rẹ̀, kì í ṣe "ààbò" àtijọ́ (Òwe 3:5–6).]***

Àwọn oníṣòwò tí mo yá owó wọn bẹ̀rẹ̀ sí í lépa mi. Àwọn kan pe ọlọ́pàá, àwọn mìíràn gba òfin lọ́wọ́ wọn, wọ́n sì gbèrò láti pa ẹ̀mí mi run. Ojútùú kan ṣoṣo ni láti ti àkọọ́lẹ̀ Báńkì mi pa, kí n sì lo gbogbo owó tí mo ní láti san gbogbo gbèsè náà. Nípa oore-ọ̀fẹ́ Ọlọ́run, mo san gbogbo rẹ̀ àyàfi N1,000 tí a fún onílé mi ní Èkó. Mo di aláìní owó pátápátá, mo sì yá 20 kobo fún owó takisí.

[Àlàyé: ***Ìfúnpá líle sábà máa ń tẹ̀lé ìdáǹdè; Olúwa máa ń lò ó láti fa ìgbéraga ya, kí ó sì fi ìgbẹ́kẹ̀lé tuntun múlẹ̀.]***

oníṣòwò díẹ̀ tí mo mọ̀ nígbà náà, láti wá ìrànlọ́wọ́ láti jẹ́ kí n bẹ̀rẹ̀ ní tuntun. Kò sí ẹni tí ó sọ bẹ́ẹ̀ni tàbí bẹ́ẹ̀ kọ́, dípò bẹ́ẹ̀ wọ́n á ní kí n wá ní ọjọ́ kejì leralera títí tí mo fi máa rẹ̀ tàbí tí mo bá rí ìrànlọ́wọ́. Mi ò mọ Ọ̀rọ̀ Ọlọ́run, pẹ̀lú gbogbo ìdàrúdàpọ̀ tó wà lọ́kàn mi, mo máa ń ka Bíbélì, mi ò sì ní lóye rẹ̀. Bí mo ti ń ronú nípa ohun tí mo máa ṣe, mo gba ìpè kíákíá láti abúlé mi. Mo sáré lọ sílé mo sì rí i pé àbúrò mi ọkùnrin tó wà níbẹ̀ náà ti wó ilé kékeré tí mo ń kọ́ kalẹ̀, ó sì halẹ̀ mọ́ mi láti pa mí. Ìwà àtijọ́ tó wà nínú mi ni wọ́n níjà. Mo rántí ìgbà tí mo wà pẹ̀lú àwùjọ ìkọ̀kọ̀, bí ó ṣe ń bẹ̀rù mi tí yóò sì tẹrí ba níwájú mi. Ṣùgbọ́n nísinsìnyí ó mọ̀ pé mo ti yípadà (bí ó ṣe mọ̀ pé mi ò mọ̀ nítorí pé mi ò tíì rìnrìn àjò lọ sílé láti ìgbà tí mo ti yípadà) ó sì halẹ̀ mọ́ mi nísinsìnyí. Mo ké pe Olúwa mo sì wí pé: "Nítorí náà o gbà mí là láti jẹ́ kí n bínú kí n sì jẹ́ kí àwọn ọ̀tá mi yọ̀ lórí mi!" Mo sọkún mo sì pinnu láti padà sí àwùjọ.

[Àlàyé: ***Àkójọ ìdánwò àtijọ́—ìrẹ̀wẹ̀sì ń pe ìfàsẹ́yìn. Ẹ sọkún sí Ọlọ́run, ẹ má ṣe padà sí ìgbèkùn (Sáàmù 42).]***

Ogun pẹ̀lú Àwọn Aṣojú Sátánì

[Àlàyé: ***Ohun tó tẹ̀lé yìí ṣàfihàn àwọn ìkọlù lẹ́yìn ìyípadà àti bí a ṣe lè dúró.]***

Ní àsìkò yìí, àwọn aṣojú Ayaba ti Etíkun bẹ̀rẹ̀ sí í lépa mi. Mo jìyà gidigidi ní ọwọ́ wọn. Mo ní àlá burúkú. Ní ọjọ́ kìíní oṣù karùn-ún ọdún 1985, oṣù kan lẹ́yìn ìyípadà mi, ní nǹkan bí agogo méjì òwúrọ̀, àwọn mìíràn nínú ilé náà sùn. Àwọn aṣojú wọ̀nyí jí mi. Wọ́n pàṣẹ fún mi láti jáde kúrò nílé. Mo gbọ́ràn, mo jáde, wọ́n sì tẹ̀lé mi lẹ́yìn. Gbogbo rẹ̀ ń ṣẹlẹ̀ bí àlá ṣùgbọ́n èyí jẹ́ òótọ́. A lọ sí ibi ìsìnkú ní ilé ìjọsìn Anglican ti St. Paul, ní òdìkejì Aba Road, Port Harcourt.

[Àlàyé: ***Ìwà ipá àti ìfipá múni sùn wọ́pọ̀; àṣẹ nínú Jésù bàjẹ́ (Lúùkù 10:19).]***

Nígbà tí wọ́n dé ibẹ̀, wọ́n ní: "O gbọ́dọ̀ padà wá. Tí o bá kọ̀ , a ó pa ọ́ tàbí kí a sọ ọ́ di aláìní." Lẹ́yìn ìtọ́ni yìí, wọ́n lọ. Mo padà sí orí mi, mo sì ń ṣe kàyéfì bí mo ṣe dé ibi ìsìnkú. Mo padà sùn, mo sì sùn. Wọ́n pinnu láti kọlù mí ní ọ̀sán. Nígbà mìí, bí wọ́n bá ń rìn lójú ọ̀nà, wọ́n á bá mi jà. Àwọn mìíràn tó wà ní àyíká yóò rí mi tí mo ń jà pẹ̀lú afẹ́fẹ́ tàbí kí wọ́n rí mi tí mò ń sáré bí ẹni pé wọ́n ń lé mi. Èmi nìkan ni màá máa rí wọn. Wọ́n ṣe èyí fún ìgbà mẹ́rin, wọ́n sì dúró. Lẹ́yìn náà, olórí wọn, Ayaba ti Etíkun, gba iṣẹ́ náà. Ní ọjọ́ àkọ́kọ́, ó wọ ọkọ̀ ayọ́kẹ́lẹ́, ó sì dúró sí ẹ̀gbẹ́ ilé wa. Ó wọ aṣọ dáradára, ó sì lẹ́wà gan-an. Àwọn ènìyàn tó wà ní àyíká mú un gẹ́gẹ́ bí ọ̀rẹ́bìnrin mi. Lẹ́sẹ̀kẹsẹ̀ ló wọlé, mo mọ ẹni tó jẹ́. Ó dé ní nǹkan bí agogo méjìlá ọ̀sán nígbà tí gbogbo agbègbè náà kò fi bẹ́ẹ̀ ṣiṣẹ́. Ó jókòó, lára àwọn nǹkan mìírán sọ pé: "O lè lọ sí ṣọ́ọ̀ṣì rẹ, gbàgbọ́ ohunkóhun tó o bá fẹ́ gbàgbọ́, ṣùgbọ́n tí o kò bá sọ fún mi, màá fún ọ ní ohunkóhun tó o nílò ní ayé yìí." Mi ò mọ Ìwé Mímọ́, nítorí náà mo kàn fetísílẹ̀ mo sì wo ọ̀rọ̀ rẹ̀. Ó bẹ̀bẹ̀, ó sì gbìyànjú láti yí mi lérò padà láti padà sọ́dọ̀ rẹ̀. Èmi kò sọ bẹ́ẹ̀ni tàbí bẹ́ẹ̀ kọ́ fún un rí. Ó dìde dúró, ó rìn wọ inú ọkọ̀ rẹ̀, ó sì wakọ̀ lọ.

[Àlàyé: ***Àwọn ọ̀tá ń dúnàádúrà fún ìdákẹ́jẹ́ẹ́. Éfésù 5:11 —" Ẹ má ṣe ní ìbáṣepọ̀... ẹ jẹ́ kí a fi hàn."]***

Ní ìgbà méjì ni ìyàwó àbúrò mi fi ṣeré láì mọ ẹni tí ó jẹ́, èmi kò sì sọ fún ìyàwó àbúrò mi ẹni tí obìnrin náà jẹ́ rí. Nígbà ìbẹ̀wò rẹ̀ tó kẹ́yìn, ó yí ọ̀nà tí ó gbà ṣe é padà. Ní àkókò yìí, ó kìlọ̀ fún mi gidigidi pé òun ti gbìyànjú láti yí mi lérò padà láti padà sọ́dọ̀ òun, àti pé mo ti jẹ́ aláìgbọràn gidigidi, àti pé èyí ni ìbẹ̀wò rẹ̀ ìkẹyìn. Tí mo bá ṣì kọ̀ láti padà wá, yóò wá sọ́dọ̀ mi ní oṣù August, yóò sì pa mí, tàbí kí ó ba ojú mi jẹ́ tàbí kí ó sọ mí di aláìní. Pẹ̀lú èyí, ó lọ.

*[Àlàyé: **Ìhalẹ̀ máa ń pọ̀ sí i nígbà tí ìyínilérọ̀padà bá kùnà. Aísáyà 54:17 ni ààbò—dúró ṣinṣin.]***

Ẹ̀rù bà mí, nítorí náà ní ọjọ́ kan mo lọ sí ṣọ́ọ̀ṣì mo sì pe arákùnrin kan. Mo sọ ìṣòro mi àti àwọn àkíyèsí mi nípa àwọn ọmọ ìjọ kan, àti bẹ́ẹ̀ bẹ́ẹ̀ lọ. Arákùnrin yìí fún mi ní àdírẹ́sì ọ́fíìsì SCRIPTURE UNION (SU) ó sì sọ fún mi pé: "Níbẹ̀ ni ìwọ yóò ti rí ìrànlọ́wọ́." Lọ́nà kan náà, ọjọ́ ìkẹyìn ni mo rí "arákùnrin" yìí. Mi ò tíì rí i ní Port Harcourt rí títí di òní yìí. Mo gba àdírẹ́sì náà, ní ọjọ́ kejì, mo wọ takisí lọ sí No. 108 Bonny Street, níbi tí ọ́fíìsì náà wà, mo sì pàdé onítẹ̀wé tó fún mi ní ètò ìdámẹ́rin ti ìgbòkègbodò SU Rumuomasi Pilgrims Group, tí ó jẹ́ èyí tí ó sún mọ́ mi jùlọ. Ó ní: "Ẹ wá ní ọjọ́ Sunday!" Mo wà níbẹ̀ ní Fellowship Centre - St. Michael's State School, Rumuomasi - ní agogo 2:00 ọ̀sán, láìmọ̀ pé ẹgbẹ́ náà bẹ̀rẹ̀ ní agogo 3:00 ọ̀sán, ṣùgbọ́n mo pàdé ẹgbẹ́ àdúrà náà, nítorí náà mo dara pọ̀ mọ́ wọn.
*[Àlàyé: **Ọlọ́run sábà máa ń tọ́ni sọ́nà nípasẹ̀ àwọn ìgbésẹ̀ tí ó rọrùn—wá àdúrà, àwùjọ tí ó dá lórí Ọ̀rọ̀ kí o sì sopọ̀ mọ́ wọn.]***

Ó kéré tán, wọn yóò gbà mí lọ́wọ́ gbogbo ìdàrúdàpọ̀ náà, wọn yóò sì tún kọ́ ẹ̀gbọ́n baba mi ní ẹ̀kọ́ kan tí kò ní gbàgbé ní gbogbo ìgbésí ayé rẹ̀. Bó tilẹ̀ jẹ́ pé mo ṣe ìpinnu náà, ẹ̀rù méjì ló bà mí:

1. Nígbà tí mo yí padà, Olúwa sọ fún mi ní kedere pé: "Àǹfààní ìkẹyìn rẹ nìyí." Pípadà sí àwùjọ lè túmọ̀ sí ikú, kìí ṣe ikú ti ara nìkan ṣùgbọ́n ikú ẹ̀mí pẹ̀lú.
2. Tí mo bá dúró nínú Olúwa, àbúrò mi ọkùnrin ń mí ìhalẹ̀ láti pa mí.
   Mo dàámú gan-an, mo sì nílò ìrànlọ́wọ́. Mo jẹ́ aláìmọ̀ nípa Ọ̀rọ̀ Ọlọ́run, mi ò sì mọ ohun tí Ọ̀rọ̀ náà sọ nípa èyí tí a sọ lókè yìí. Olùkàwé ọ̀wọ́n, ìwọ yóò

mọ̀ níbí pé gbogbo ìdàrúdàpọ̀ wọ̀nyí ni mo ní nítorí àìsí ìtẹ̀lé gẹ́gẹ́ bí ọ̀dọ́langba olùyípadà. Ìtẹ̀lé fún àwọn ọ̀dọ́langba olùyípadà ṣe pàtàkì gan-an, àwọn Kristẹni sì gbọ́dọ̀ gba èyí ní pàtàkì. Tí o bá mọ̀ pé o kò lè tẹ̀lé àwọn olùyípadà rẹ, jọ̀wọ́ má ṣe jáde lọ fún ìjẹ́rìí. Jésù Kristi tẹnu mọ́ èyí nígbà mẹ́ta nígbà tí ó béèrè lọ́wọ́ Pétérù pé: "Símónì, ọmọ Jónà, ìwọ fẹ́ràn mi ju ìwọ̀nyí lọ?... Máa bọ́ àwọn ọ̀dọ́langba mi." Ọ̀pọ̀ àwọn olùyípadà padà sẹ́yìn nítorí àìsí ìtẹ̀lé tó tọ́. Tí o bá fẹ́ràn Jésù, tọ́jú àwọn ọ̀dọ́langba Rẹ̀!
[Àlàyé: ***Ìṣírí líle sí àwọn ìjọ: ìhìnrere gbọ́dọ̀ so pọ̀ mọ́ jíjẹ́ ọmọ-ẹ̀yìn (Jòhánù 21:15–17).]***

Lẹ́yìn ìbáṣepọ̀ ní ọjọ́ náà, mo mọ̀ pé ibi tí ó tọ́ ni èyí fún mi. Ọlọ́run fún mi ní obìnrin Kristẹni kan, ẹni tí mo gbà gẹ́gẹ́ bí ìyá, ẹni tí ó nífẹ̀ẹ́ sí ṣíṣàlàyé Ọ̀rọ̀ Ọlọ́run fún mi, tí ó sì gbà mí nímọ̀ràn pẹ̀lú. Àwọn arákùnrin náà nífẹ̀ẹ́ sí mi gidigidi, wọ́n sì bìkítà. Mo rí ìfẹ́ tòótọ́. Ẹ̀mí Mímọ́ bẹ̀rẹ̀ sí fún mi ní òye nípa Ọ̀rọ̀ náà, ìgbàgbọ́ mi sì pọ̀ sí i. Ṣùgbọ́n Ayaba Etíkun kò farahàn bí ó ti halẹ̀ mọ́ mi. Sáàmù 91, ààbò Ọlọ́run, ṣẹ ní ìgbésí ayé mi. Aísáyà 54:17: "Kò sí ohun ìjà tí a ṣe sí ọ tí yóò ṣe rere; gbogbo ahọ́n tí ó bá dìde sí ọ ní ìdájọ́ ni ìwọ yóò dá lẹ́bi. Èyí ni ogún àwọn ìránṣẹ́ Olúwa, òdodo wọn sì wá láti ọ̀dọ̀ mi," ni Olúwa wí. Èyí pẹ̀lú ṣẹ.
[Àlàyé: ***Àwùjọ tí ń gbé + Ìwé Mímọ́ = ààbò àti ìdàgbàsókè. Ọlọ́run ń pa Ọ̀rọ̀ Rẹ̀ mọ́.]***

Ní oṣù kẹsàn-án ọdún 1985, mo gba ìránṣẹ́ kan pé orúkọ mi fara hàn gẹ́gẹ́ bí olùpínkiri pẹ̀lú Silver Brand Cement, Lagos àti pé wọ́n retí pé kí n jáde ní ọ́fíìsì ní ọjọ́ 27/9/85. Mo kúrò ní Port Harcourt ní ọjọ́ 26/9/85 mo sì dé Lagos ní alẹ́. Ní òwúrọ̀ ọjọ́ kejì, ọjọ́ 27/9/85, mo wọ ọ́fíìsì náà, Olùdarí Iṣẹ́ sì sọ fún mi pé ẹlòmíràn ni wọ́n ti yàn fún mi. Ó ní kí n tún sọ ọ́ ní ọjọ́ kejì, ọjọ́ 28/9/85 láti rí Olùdarí Àgbà. Nígbà tí mo ń

padà sí ilé mi, tí mo ń kọjá ní ọ̀nà kan, ẹnìkan wá láti ẹ̀yìn, ó sì gbá mi mú, ó sì gbìyànjú láti pa mí, ìyẹn ni pé ó di imú àti ẹnu mi mú. Mo tiraka fún ìgbésí ayé mi, nígbà tí àwọn ènìyàn ń kọjá lọ, kò sí ẹni tí ó gbà mí sílẹ̀, ṣùgbọ́n Olúwa dá sí i. Nígbà tí mo ṣì ń bá ọwọ́ mi jà , mo gbọ́ igbe rẹ̀, ó sì tì mí kúrò, ó ń sọ pé: "Ta ni ẹni náà lẹ́yìn rẹ?" Ó tún sọ ọ́ lẹ́ẹ̀kejì, ó sì pòórá. Láti inú ohùn náà, mo mọ̀ pé obìnrin ni ṣùgbọ́n mi ò rí ẹni tí ó jẹ́. Mo dààmú, mo sì rìn lọ sí ilé mi.
[Àlàyé: ***Ìdásí àwọn áńgẹ́lì jẹ́ òótọ́ (Sm 34:7). Ìfúngun owó àti ìkọlù ara sábà máa ń wáyé papọ̀.]***

Níbí, onílé mi bínú gidigidi, ó sì ní: "Kí ló dé tí o fi sá lọ pẹ̀lú owó ilé mi?" Mo bẹ̀ ẹ́, mo sì gbìyànjú láti ṣàlàyé pé mi ò ṣiṣẹ́ lọ́wọ́lọ́wọ́, màá sì san gbogbo owó rẹ̀ nígbà tí mo bá ní owó. Bí ó ṣe gbà, mo rò pé a ti yanjú ọ̀rọ̀ yìí. Ní ọjọ́ kejì, ní ọjọ́ 28/9/85, mo padà sí ọ́fíìsì, mo sì pàdé Olùdarí Àgbà, ó sì tọrọ àforíjì fún fífún ẹlòmíràn ní ìpín mi. Nígbà tí ó ń sọ̀rọ̀, ọ̀dọ́mọkùnrin kan wọlé wá, ó sì bi mí pé: "Ṣé ìwọ kọ́ ni Emmanuel?" Mo ní: "Bẹ́ẹ̀ ni, mo ti dé." Ó ní: "Bẹ́ẹ̀ ni, a ti dé ọ nígbẹ̀yìn-gbẹ́yín! Ṣé o ti parí sísáré? A ti ṣèbẹ̀wò sí Port Harcourt ní ọ̀pọ̀ ìgbà, a sì rí i pé o wà pẹ̀lú ìyá rẹ nípa tẹ̀mí nígbà gbogbo. Ó ti jẹ́ ìkọ̀sẹ̀ fún wa, nísinsìnyí tí o ti dé Lagos , a ti mú ọ! O kò lè padà sí Port Harcourt láéláé. Èmi ni mo gba ìpín rẹ." Mo pè é níjà, mo sì sọ fún un pé: "O kò lè ṣe ohunkóhun!" Ó ya Olùdarí Àgbà lẹ́nu ohun tó ń ṣẹlẹ̀ ní ọ́fíìsì rẹ̀. Mo gbà ara mi, mo sì lọ sí ilé náà.
[Àlàyé: ***Ọ̀tá ń fojú sí "àwọn ìbòrí" (àwọn ìyá/baba ẹ̀mí). Máa so ara rẹ pọ̀; má ṣe ya ara rẹ sọ́tọ̀.]***

Ní ìṣẹ́jú díẹ̀ lẹ́yìn náà, mo gbọ́ ìkanlẹ̀kùn kan ní ẹnu ọ̀nà mi, NINA sì wọlé. Ó béèrè bóyá mo fẹ́ padà sí Port Harcourt. Mo dáhùn pé bẹ́ẹ̀ ni. Ó bẹ̀ mí pé kí n padà sí ọ̀dọ̀ wọn, àti pé iṣẹ́ tí wọ́n kọ́ mi ní pàtàkì kò tíì parí: KOTIPARI (ní èdè Yorùbá). Wọ́n ti kọ́ mi ní ẹ̀kọ́:

- láti jẹ́ olórí àwọn aṣojú agbára ẹ̀mí èṣù.
- láti jẹ́ olùdarí "yàrá ìṣàkóso òkun," láti ṣe àkíyèsí àwọn ohun tó ń ṣẹlẹ̀ ní àgbáyé, láti fi àwọn àmì ránṣẹ́ àti láti gba àwọn àmì, àti láti kó àwọn agbára jọ, àti bẹ́ẹ̀ bẹ́ẹ̀ lọ.
- láti wà lẹ́gbẹ̀ẹ́ Ayaba Etí Òkun. Èyí kìí ṣe àwọn ayẹyẹ, ẹbọ, ṣíṣe àwọn iṣẹ́ pàtàkì láti ọwọ́ rẹ̀ nìkan, ṣùgbọ́n àwọn nǹkan mìíràn tí ó ṣòro láti ṣàlàyé pẹ̀lú.
- pẹ̀lú ìrànlọ́wọ́ àwọn agbára òkùnkùn, láti dá àwọn ẹgbẹ́ ìkọ̀kọ̀ tuntun sílẹ̀ tí yóò dàbí ohun tí kò léwu láti fa àwọn ọ̀dọ́ àti àwọn tí ń lọ sí ṣọ́ọ̀ṣì mọ́ra.

  Ó ní, tí mo bá tẹ̀lé e, ohun tí ń dúró dè mí ni ìgbéga méjì àti ọ̀pọ̀lọpọ̀ ìbùkún. Ó jẹ́wọ́ pé àwọn ló fa kí wọ́n gba àwọn ẹrù mi tí wọ́n sì jí, àti pé wọ́n mú kí àbúrò mi wó ilé mi lulẹ̀ àti láti halẹ̀ mọ́ ẹ̀mí mi. Pé tí mo bá kọ̀ láti tẹ̀lé e, wọn yóò ṣe púpọ̀ sí i kí wọ́n sì rí i dájú pé mi ò ṣe àṣeyọrí. Pé wọ́n ti pinnu láti bá ìyá mi nípa ẹ̀mí jà: "Tí a bá gbà á, a ti gbà ọ́" ó wí. Nígbà náà ni mo bẹ̀rẹ̀ sí í wàásù fún un. Ó dìde dúró ó sì wí pé: "Wọ́n ń tàn ọ́ jẹ," ó sì lọ. Èyí ṣẹlẹ̀ ní alẹ́ ọjọ́ 28/9/85.

  [Àlàyé: ***Àpò ìdẹwò + ìhalẹ̀mọ́ni: àwọn ìfilọ́lẹ̀ ìgbéga, ìhalẹ̀ sí ìpèsè, àti àwọn olùdámọ̀ràn tí a fojú sí.]***

Kò pẹ́ tó ìṣẹ́jú mẹ́ẹ̀ẹ́dógún tí ó fi lọ, mo gbọ́ ìkọ́lé mìíràn. Ní àkókò yìí, wọ́n jẹ́ ọkùnrin mẹ́rin. Wọ́n pè mí pé kí n jáde, mo sì rí ara mi tí mo ń bá wọn lọ. A rìn lọ sí ibi tí ó tóbi tó òpó méjì, ọ̀kan nínú wọn sì bi mí pé: "Ṣé o mọ̀ wá?" Mo sọ pé rárá. Ó tẹ̀síwájú pé: "Onílé rẹ ló gbà wá síṣẹ́ láti pa ọ́." Nígbà tí ó ń sọ̀rọ̀ lọ́wọ́lọ́wọ́, ọ̀kan nínú wọn mú ìbọn jáde, òmíràn sì mú ọ̀bẹ jáde. Mi ò lè gbèjà ara mi, mo sì mọ̀ pé wọ́n máa pa mí, ṣùgbọ́n Ọlọ́run ní ọ̀nà ìyanu rẹ̀ ṣe iṣẹ́ ìyanu kan tí ó ya èmi àti ara wa lẹ́nu. Ọkùnrin tó ní ìbọn náà

yìnbọn sí mi ṣùgbọ́n kò gbọ́ ohùn kankan. Ọkùnrin tó ní ọ̀bẹ náà fi sí ẹ̀yìn mi ṣùgbọ́n kò wọ inú mi, ó dàbí ẹni pé ó ń fi ọ̀pá lé ẹnìkan. Ẹ̀rù bà wọ́n bí èmi náà ti bà wọ́n. Ẹ̀mí Ọlọ́run bà lé mi, mo sì bẹ̀rẹ̀ sí í wàásù. Mẹ́ta nínú wọn sá lọ, ṣùgbọ́n ọkùnrin kẹrin bẹ̀rẹ̀ sí í sunkún, ó sì bẹ̀bẹ̀ pé kí n gbàdúrà fún òun. Mi ò mọ ohun tí màá gbàdúrà fún ní àkókò yẹn, ṣùgbọ́n mo kàn sọ pé: "Olúwa, jọ̀wọ́ dáríjì, gbàgbé kí o sì dáríjì í. Àmín!" Ó fi ẹ̀mí rẹ̀ fún Kristi, nítorí náà mo mú un lọ sí ìjọ Pentecostal kan mo sì ṣàlàyé ohun tó ṣẹlẹ̀ sí Pasitọ náà. Mo fi lé Pasitọ lọ́wọ́ mo sì lọ. Bí mo ṣe ń wọ inú ilé náà, onílé náà sáré jáde, ó sì bẹ̀rẹ̀ sí í bẹ̀bẹ̀ pé: "Jọ̀wọ́ dáríjì mí. Mo rò pé o pinnu láti sá lọ sí Port Harcourt nítorí owó mi (N1,000)." Mo dáríjì í, a sì gbà nígbẹ̀yìn-gbẹ́yín pé kí a san owó náà ní ìpín díẹ̀díẹ̀.
[Àlàyé: ***Ais 54:17 ní ìṣe. Ọlọ́run yí àwọn ìkọlù padà sí àkókò ìgbàlà; ìdáríjì ń ti ilẹ̀kùn sí ẹ̀san.]***

Ní alẹ́ ọjọ́ kan náà, ní nǹkan bí agogo méjì òwúrọ̀, Olúwa jí mi. Mi ò mọ ìdí tí mo fi jí, nítorí náà mo rìn lọ sí yàrá ìgbàlejò, ohun tí mo rí ni ìjàpá ńlá kan tó dojú kọ mí. Lẹ́sẹ̀kẹsẹ̀ ni mo rántí ìkẹ́kọ̀ọ́ Bíbélì tí a ṣe ní Port Harcourt, nípa agbára ọ̀rọ̀ náà. Lẹ́yìn náà ni mo sọ àwọn ọ̀rọ̀ wọ̀nyí: "Ìjàpá, láti ìgbà tí wọ́n ti bí mi, ilé ìjàpá ni igbó tàbí òkun, ṣùgbọ́n fún wíwọlé sí ilé mi nígbà tí a ti ti àwọn fèrèsé àti ìlẹ̀kùn, o ti dẹ́ṣẹ̀, nítorí èyí o gbọ́dọ̀ kú." Nígbà tí mo sọ èyí, ó pòórá. Mo padà sí yàrá náà mo sì sùn. Ní ìgbà kejì, mo jí, mo sì gbọ́ ariwo kan nínú yàrá ìgbàlejò. Mo lọ, níbẹ̀ ni igún kan tó rí bí ẹni burúkú wà níwájú mi. Mo tún sọ àwọn ọ̀rọ̀ kan náà, nígbà tí mo sọ pé: "Nítorí ẹ̀ṣẹ̀ yìí o gbọ́dọ̀ kú," ó pòórá pẹ̀lú. Nígbà ìrìn àjò yìí ní Lagos, mo rí ìwà rere, ìtóbi àti ìṣòtítọ́ Ọlọ́run.
[Àlàyé: ***Àṣẹ tí a sọ, tí ó bá Ìwé Mímọ́ mu ṣe pàtàkì (Matteu 4:10–11; Jobu 22:28).]***

Ní òwúrọ̀ ọjọ́ kejì, ọjọ́ 29/9/85, mo wọ ọkọ̀ akérò tó gbayì lọ sí Port Harcourt. Nígbà tí mo dé Ore, ọkọ̀ akérò náà sáré sórí igi kan. Ó bàjẹ́ ṣùgbọ́n kò sí ẹni tó farapa. Awakọ̀ náà fà á padà sí ojú ọ̀nà, bí ó sì ṣe ń wakọ̀ lọ, ọkọ̀ akérò náà bẹ̀rẹ̀ sí í yí padà láti apá kan ojú ọ̀nà sí òmíràn. Mo rántí ìhalẹ̀ NINA, nítorí náà mo dìde nínú ọkọ̀ akérò náà, mo wàásù fún àwọn arìnrìn-àjò, mo sì parí ọ̀rọ̀ náà nípa sísọ pé: "Nítorí mi ni àwọn jàǹbá wọ̀nyí ṣe ń ṣẹlẹ̀. Ṣùgbọ́n láti ìsinsìnyí lọ, kò ní sí ìjàǹbá mọ́ títí a ó fi dé Port Harcourt, ní orúkọ Jésù!" Mo sì jókòó. Ní tòótọ́, nígbà tí mo jókòó, mo ṣe kàyéfì nípa ohun tí mo sọ. Bẹ́ẹ̀ ni ó rí. Ọkọ̀ akérò náà lọ láìsí ìṣòro sí Port Harcourt. Kò ní sí ìjàǹbá tàbí ìbàjẹ́ mọ́. Ìwé Mímọ́ sọ ní òótọ́ pé: "Wò ó, dájúdájú wọn yóò kó ara wọn jọ, ṣùgbọ́n kì í ṣe nípasẹ̀ mi: ẹnikẹ́ni tí ó bá kó ara wọn jọ sí ọ yóò ṣubú nítorí rẹ" (Isaiah 54:15). Wọ́n (Ayaba Etíkun àti àwọn aṣojú rẹ̀) gbìyànjú, ṣùgbọ́n nítorí pé ìpéjọpọ̀ wọn kì í ṣe sí Olúwa bí kò ṣe sí ọmọ Rẹ̀, gbogbo wọn kọsẹ̀ wọ́n sì ṣubú. "Nígbà tí ọ̀tá bá wọlé bí ìkún omi, Ẹ̀mí Ọlọ́run yóò gbé àsíá sókè sí i" (Isaiah 59:19). Mo fi gbogbo ògo fún Ọlọ́run fún fífi ara rẹ̀ hàn ní agbára ní ipò mi.
[Àlàyé: ***Ìjẹ́wọ́ ìgbàgbọ́ lábẹ́ àṣẹ Kristi lè mú kí ìṣòro kan dúró ṣinṣin (Máàkù 11:23). Ìyìn ìkẹyìn fi ìṣẹ́gun hàn.]***

Ìtọ́sọ́nà fún pápá: Ìdàgbàsókè lẹ́yìn ìtúsílẹ̀

- **Jẹ́ ọ̀kan lára:** Gbin nínú ìjọ Ọ̀rọ̀-Ẹ̀mí; lépa ìtọ́nisọ́nà.
- **Kọ́:** Ìwé Mímọ́ ojoojúmọ́ + àdúrà (sọ̀rọ̀ sókè); gbààwẹ̀ lẹ́ẹ̀kọ̀ọ̀kan.
- **Ìjáde:** Kú gbogbo májẹ̀mú àtijọ́ sílẹ̀; pa àwọn ohun ìjìnlẹ̀ run (Ìṣe Àwọn Apọsteli 19:19).
- **Ààlà:** Kò sí àdéhùn ìkọ̀kọ̀; kò sí ìbáṣepọ̀ pẹ̀lú àwọn "ọ̀rẹ́" òkùnkùn.

- **Ogun:** Lo ìjẹ́wọ́, ìdàpọ̀, àti àdúrà àṣẹ (Efesu 6:10-18).
- **Jẹ́rìí:** Sọ ẹ̀rí rẹ pẹ̀lú ọgbọ́n; ó ń mú kí àwọn ẹ̀sùn má balẹ̀ (Ìfihàn 12:11).

Àdúrà Ààbò àti Ìfaradà

Olúwa Jésù, Ìwọ ni Olùṣọ́ Àgùntàn mi. Mo gbọ́ ohùn rẹ mo sì tẹ̀lé ọ. Mo kọ gbogbo ìhalẹ̀mọ́ni, ìdúnàádúrà, àti ìdẹ́rùba òkùnkùn sílẹ̀. Fi iná rẹ yí mi ká, fi àwọn áńgẹ́lì sí ọ̀nà mi, kí o sì pa mí mọ́ nínú Ọ̀rọ̀ àti àwùjọ rẹ. Kò sí ohun ìjà tí a ṣe sí mi tí yóò ṣe àṣeyọrí. Mo dúró ní ọwọ́ rẹ—nísinsìnyìí àti títí láé. Àmín. *(Jòhánù 10:27–28; Àìsáyà 54:17; Sm 91)*

Orí 7: Àwọn Ìgbòkègbodò Àwọn Aṣojú Sátánì

"Ẹ gbé gbogbo ìhámọ́ra Ọlọ́run wọ̀, kí ẹ lè dúró lòdì sí àrékérekè Èṣù.
Nítorí pé kì í ṣe ara àti ẹ̀jẹ̀ ni àwa ń bá jà, bí kò ṣe lòdì sí àwọn ìjọba, lòdì sí àwọn aláṣẹ, lòdì sí àwọn aláṣẹ òkùnkùn ayé yìí, lòdì sí ìwà búburú ẹ̀mí ní àwọn ibi gíga" — *Éfésù 6:11–12*

Ìwé yìí kò ní pé bí a kò bá fi àwọn ọ̀nà ìṣiṣẹ́ àwọn agbára wọ̀nyí hàn. Ó
tún ṣe pàtàkì kí a fi àwọn ọ̀nà ìṣiṣẹ́ wọn hàn gbangba. *[*

Àlàyé: ***Ète ìfarahàn kì í ṣe láti fi ògo fún òkùnkùn, ṣùgbọ́n láti fi òye dì àwọn onígbàgbọ́ mú (2 Kọ́ríńtì 2:11).]***

Ohun kan ṣe kedere, ìyẹn ni pé, Èṣù yóò gbà ọ́ níyànjú láti gbàgbọ́ pé àròsọ lásán ni tàbí èrò ibi lásán, tàbí yóò jẹ́ kí o rí agbára rẹ̀ púpọ̀ sí i àti kí o dín agbára Ọlọ́run kù. Nígbà tí Bíbélì sọ pé: "A kì í ṣe sí ara àti ẹ̀jẹ̀ ni àwa ń bá jà, bí kò ṣe sí àwọn ìjọba, sí àwọn aláṣẹ, sí àwọn aláṣẹ òkùnkùn ayé yìí, sí àwọn ẹ̀mí búburú ní àwọn ibi gíga," Bíbélì tún sọ pé ohun ìjà àwọn Kristẹni lòdì sí Èṣù àti àwọn aṣojú rẹ̀ "kì í ṣe ti ara ṣùgbọ́n wọ́n lágbára láti ọwọ́ Ọlọ́run láti wó àwọn ibi gíga lulẹ̀, láti wó àwọn èrò àti gbogbo ohun gíga tí ó gbé ara rẹ̀ ga sí ìmọ̀ Ọlọ́run lulẹ̀, àti láti mú gbogbo èrò wá sí ìgbèkùn sí ìgbọ́ràn Kristi" (2 Kọ́ríńtì 10:4–5).
[Àlàyé: ***Ìjà Kristẹni jẹ́ ti ẹ̀mí, tí a fi òtítọ́, ìgbọ́ràn, àti àṣẹ Kristi jà—kì í ṣe ìbẹ̀rù.]***

tún sọ ní kedere pé: "Nítorí èyí ni a ṣe fi Ọmọ Ọlọ́run hàn láti pa iṣẹ́ Èṣù run" (1 Jòhánù 3:8). Jésù sì ti ba àwọn ìjọba àti agbára jẹ́, ó fi wọ́n hàn ní gbangba, ó ń ṣẹ́gun wọn.
[Àlàyé: ***Ìṣẹ́gun Kristi ti parí; ogun wa ń fi agbára mú iṣẹ́ rẹ̀ tí ó parí (Kólósè 2:15) lágbára.]***

"Ọ̀rọ̀ ẹnu rẹ ni a fi dẹkùn mú ọ, ọ̀rọ̀ ẹnu rẹ ni a fi mú ọ" (Òwe 6:2) ni Ìwé Mímọ́ sọ. Nítorí náà, ọmọ Ọlọ́run gbọ́dọ̀ ṣọ́ra láti jẹ́wọ́ Ọ̀rọ̀ Ọlọ́run, èyí tí Ọlọ́run ti ṣèlérí pé òun yóò yára ṣe.
Ìjẹ́wọ́ mẹ́ta ló wà nínú Ọ̀rọ̀ Ọlọ́run:

1. Ìjẹ́wọ́ jíjẹ́ Olúwa Kristi.
2. Ìjẹ́wọ́ ìgbàgbọ́ nínú Ọ̀rọ̀ náà, nínú Kristi àti nínú Ọlọ́run Baba.

3. Ìjẹ́wọ́ ẹ̀ṣẹ̀.
   [Àlàyé: ***Ìjẹ́wọ́ kìí ṣe nípa ìrònúpìwàdà nìkan—ó jẹ́ ìbáramu pẹ̀lú òtítọ́ àtọ̀runwá (Róòmù 10:9–10).]***

Nígbà tí a bá gbọ́ ọ̀rọ̀ náà "ìjẹ́wọ́," a máa ń ronú nípa ẹ̀ṣẹ̀. Ìtumọ̀ ìtúmọ̀ ọ̀rọ̀ ìjẹ́wọ́ ni:

1. Fífìdí ohun kan múlẹ̀ tí a gbàgbọ́.
2. Jẹ́rìí sí ohun kan tí a mọ̀.
3. Jíjẹ́rìí òtítọ́ tí a ti gbà.
   Nítorí náà, ó yẹ kí a kááánú pé nígbàkúgbà tí a bá lo ọ̀rọ̀ náà ìjẹ́wọ́, àwọn ọkàn kan máa ń sáré sí ẹ̀ṣẹ̀. Òǹkọ̀wé náà ń gba ọmọ Ọlọ́run níyànjú láti bẹ̀rẹ̀ lónìí láti jẹ́wọ́ ohun tí Ọlọ́run ti sọ. Ẹ̀yin tí ẹ ti kú nínú ẹ̀ṣẹ̀, Ọlọ́run ti sọ yín di alààyè pẹ̀lú Kristi, Ó sì ti gbé yín dìde papọ̀, Ó sì ti mú yín jókòó ní àwọn ibi ọ̀run (lórí àwọn ìjọba àti agbára) nínú Kristi Jésù. Nítorí náà, àwọn Kristẹni gbọ́dọ̀ mọ ibi tí wọ́n jókòó sí. Wọ́n gbọ́dọ̀ mọ̀ pé wọ́n ń ṣiṣẹ́ láti ibi gíga yẹn, lókè Sátánì àti àwọn aṣojú rẹ̀.
   [Àlàyé: ***Ogun onígbàgbọ́ bẹ̀rẹ̀ láti*** **ìṣẹ́gun lókè** ***, kì í ṣe ìjàkadì ní ìsàlẹ̀ (Efesu 2:6).]***

Olúwa Jésù Kristi ti fún yín ní gbogbo agbára àti àṣẹ gẹ́gẹ́ bí Ó ti fún yín ní gbogbo ohun tí ó jẹ́ ti ìyè àti ìwà-bí-Ọlọ́run (2 Pétérù 1:3). Ọlọ́run kò ní èrò pé kí àwọn ipò nǹkan máa darí àwọn ọmọ Rẹ̀, dípò kí Ọ̀rọ̀ Ọlọ́run ní ẹnu Kristẹni máa darí àwọn ipò rẹ̀. Ọlọ́run sọ nínú Jeremáyà 23:29 pé: "Ọ̀rọ̀ mi kò ha dàbí iná bí? ni Olúwa wí; àti bí òòlù tí ó ń fọ́ àpáta túútúú?" Àwọn Kristẹni, mo tún ń sọ pé àwọn Kristẹni tí a tún bí, gbọ́dọ̀ mọ̀ pé nígbà tí a bá pe orúkọ Jésù, ohun tí ó ń jáde láti ẹnu wọn jẹ́ iná.
[Àlàyé: ***Jeremáyà 23:29 fi agbára ọ̀rọ̀ àsọtẹ́lẹ̀ hàn—Ọ̀rọ̀ náà fúnra rẹ̀ ní agbára.]***

Nígbà tí Kristẹni kan bá dúró lórí àṣẹ tí Kristi fún un tí ó sì pàṣẹ ní orúkọ Jésù , iná á jáde láti ẹnu rẹ̀, ẹ̀mí èṣù èyíkéyìí tí ó bá ń darí ipò náà gbọ́dọ̀ gbọ́ràn. Jésù wà láàyè lónìí láti rí i dájú pé gbogbo ọ̀rọ̀ Rẹ̀ ṣẹ. Lẹ́ẹ̀kan sí i, mo fẹ́ tẹnu mọ́ òtítọ́ pàtàkì kan tí ọ̀pọ̀ Kristẹni ń gbójú fo, àti èyí tí Sátánì ń lò. Jésù, lẹ́yìn tí Pétérù tọ́ka sí igi ọ̀pọ̀tọ́ gbígbẹ tí Olúwa fi bú fún un, ó wí pé:

(Ìròyìn Mátíù)
"Lóòótọ́ ni mo wí fún yín, bí ẹ bá ní ìgbàgbọ́ tí ẹ kò sì ṣiyèméjì, kì í ṣe èyí tí a ṣe sí igi ọ̀pọ̀tọ́ nìkan ni ẹ ó ṣe, ṣùgbọ́n bí ẹ bá wí fún òkè yìí pé, ' Yí ara rẹ padà kí o sì sọ ọ́ sínú òkun,' yóò ṣe bẹ́ẹ̀. Gbogbo ohunkóhun tí ẹ bá sì béèrè nínú àdúrà, tí ẹ bá gbàgbọ́, ẹ ó gbà á" (Mátíù 21:21–22).

(Ìròyìn Máàkù)
"Ẹ gba Ọlọ́run gbọ́. Nítorí mo wí fún yín ní tòótọ́ pé, ẹnikẹ́ni tí ó bá wí fún òkè yìí pé, ' Yí ara rẹ kúrò, kí o sì sọ ọ́ sínú òkun,' tí kò bá sì ṣiyèméjì ní ọkàn rẹ̀, ṣùgbọ́n tí ó bá gbàgbọ́ pé àwọn nǹkan tí ó sọ yóò ṣẹ, yóò ní ohunkóhun tí ó bá wí'" (Máàkù 11:22–23).

Níbí ni Olúwa tọ́ka sí agbára ọ̀rọ̀ sísọ fún wa, ó sì tún fún Kristẹni níṣìírí láti ṣe pàtó nínú àdúrà rẹ̀ àti nínú lílo àṣẹ rẹ̀. Àwọn Kristẹni kan ń béèrè pé kí òkè náà ṣí ṣùgbọ́n wọn kì í sọ fún òkè náà níbì tí ó yẹ kí ó lọ. Jésù sọ pé tí o bá sọ fún òkè náà pé: "Yípadà kí o sì jù ú sínú òkun..."
[Àlàyé: ***Pípéye nínú àdúrà àti àwọn ọ̀ràn àṣẹ—Jésù ṣe àpẹẹrẹ pàtó.]***

Ẹ jẹ́ kí a wo ọ̀ràn lílé àwọn ẹ̀mí èṣù jáde fún àpẹẹrẹ. Àwọn Kristẹni kan máa ń dè àwọn ẹ̀mí èṣù jáde láìrán wọn sí àwọn ibi pàtó kan. Èyí léwu. Tí o bá dè ẹ̀mí èṣù , a máa dè é. Tí o bá lé e jáde láìrán wọn sí ibi pàtó kan, ó máa wà ní

àyíká náà. Tí a bá kàn bá ẹ̀mí èṣù náà wí láti inú ènìyàn, ó lè padà wá tàbí wọ inú ẹnikẹ́ni tí kì í ṣe Kristẹni ní àyíká rẹ̀ nígbà tó bá yá. Nítorí náà, àwọn Kristẹni gbọ́dọ̀ ṣọ́ra nígbà tí wọ́n bá ń bá àwọn ẹ̀mí èṣù lò. Rí i dájú pé a dè ẹ̀mí èṣù náà, a lé e jáde, a sì rán an lọ sí ibi pàtó kan (kí a sì kọ̀ láti tún wọlé).
[Àlàyé: ***Ìdáńdè gbọ́dọ̀ wáyé lábẹ́ ìdarí Ẹ̀mí, kì í ṣe ìlànà; àṣẹ + òye.]***

Àwọn Kristẹni kan nígbà tí wọ́n ń gbàdúrà yóò wí pé: "Mo mú yín ní orúkọ Jésù." Ní ayé ẹ̀mí, o rí àwọn ẹ̀mí èṣù tí ó dúró ní dídúró tí wọ́n ń dúró de àṣẹ tí ó tẹ̀lé e. Ṣùgbọ́n bí Kristẹni náà bá dúró ní àkókò yẹn, kò ran ẹni tí ó farapa lọ́wọ́. Má ṣe bá èṣù ṣeré. O kò gbọ́dọ̀ bá ọ̀tá rẹ ṣeré. Ọlọ́run ti rán ọ lọ sí iṣẹ́ ìránṣẹ́ ìgbàlà àti ìpadàbọ̀ (ṣíṣe àdéhùn pẹ̀lú Ọlọ́run). Nítorí náà, o gbọ́dọ̀ ṣọ́ra láti ṣe iṣẹ́ kíkún.
[Àlàyé: ***Agbára ẹ̀mí gbọ́dọ̀ wà pẹ̀lú ìparí—ìgbọràn ìdajì máa ń fi àwọn àyè sílẹ̀.]***

Mo tún sọ pé, nígbà tí o bá dè ẹ̀mí Ànjọ̀nú, a dè é. Nígbà tí o bá lé e jáde sí ibikíbi, bẹ́ẹ̀ ni. Níwọ̀n ìgbà tí o kò bá dá sí ẹ̀ṣẹ̀ ṣùgbọ́n tí o ń gbé ní ìfẹ́ Ọlọ́run, àṣẹ èyíkéyìí tí o bá fún Bìlísì tàbí àwọn aṣojú rẹ̀ ní orúkọ Jésù gbọ́dọ̀ jẹ́ èyí tí a gbọ́dọ̀ tẹ̀lé. Ọlọ́run ti ṣèlérí láti gbé gbogbo ọ̀rọ̀ Rẹ̀ ró. Bí a ṣe ń lọ sí ìpele tó tẹ̀lé e, ìfarahàn Sátánì àti àwọn aṣojú rẹ̀, mo fẹ́ kí o ní àwọn ẹsẹ wọ̀nyí lọ́kàn rẹ:

1. "Ẹ pé nínú Rẹ̀, ẹni tí í ṣe orí gbogbo ìjọba àti agbára" (Kólós. 2:10).
2. "Kiyesi i, emi fun yin ni agbara (agbara) lati te ejo ati akekere le ori, ati lori gbogbo agbara ota: ko si si ohun ti yio pa yin lara rara." (Luku 10:19).
3. "Wò ó, dájúdájú wọn yóò kó ara wọn jọ ṣùgbọ́n kì í ṣe nípasẹ̀ mi. Ẹnikẹ́ni tí ó bá kó ara rẹ̀ jọ sí ọ yóò

ṣubú nítorí rẹ. Kò sí ohun ìjà tí a ṣe sí ọ tí yóò ṣe àṣeyọrí: àti gbogbo ahọ́n tí ó bá dìde sí ọ ní ìdájọ́ ni ìwọ yóò dá lẹ́bi. Èyí ni ogún àwọn ìránṣẹ́ Olúwa, òdodo wọn sì wá láti ọ̀dọ̀ mi."
[*Àlàyé:* ***Àwọn ẹsẹ mẹ́ta wọ̀nyí jẹ́ ìgbàgbọ́ ogun ojoojúmọ́ ti onígbàgbọ́—ìdámọ̀, àṣẹ, àti ààbò.]***

Mo fẹ́ fi hàn yín nínú ìwé yìí pé àwọn agbára búburú wọ̀nyí ń ṣiṣẹ́ ní pàtàkì ní àwọn ilé ìjọsìn, àwọn ibi ọjà, àwọn ibi ìsìnkú, igbó, àwọn ilé ìtura, òkun àti afẹ́fẹ́.

Nínú àwọn Ṣọ́ọ̀ṣì

Àwa jẹ́ ẹlẹ́rìí lónìí pé ọ̀pọ̀ ènìyàn tí wọ́n ní ẹ̀mí èṣù ló wà nínú ìjọ. Àwọn kan ń sọ̀rọ̀ ní èdè àjèjì, wọ́n sì ń sọ àsọtẹ́lẹ̀ pàápàá. Àwọn tí wọ́n ní ẹ̀mí Ọlọ́run nìkan ló lè dá àwọn ènìyàn wọ̀nyí mọ̀. Ṣùgbọ́n a ń sọ̀rọ̀ nípa àwọn aṣojú Sátánì ní ìjọ. Lẹ́ẹ̀kan sí i, a kò sọ̀rọ̀ nípa àwọn ọmọ ẹgbẹ́ ìkọ̀kọ̀ tí wọ́n wà nínú ìjọ (àwọn kan tilẹ̀ jẹ́ olórí), a mọ̀ pé wọ́n wà níbẹ̀. Ohun tí mò ń sọ ni àwọn tí wọ́n wọlé gẹ́gẹ́ bí aṣojú Sátánì:

1. Láti fa ìjà àti ìdàrúdàpọ̀ nínú àwọn ìjọ.
2. Láti tú àwọn ìjọ ká.
3. Láti mú kí àwọn ọkùnrin àti obìnrin sùn nígbà tí ìwàásù náà bá ń lọ lọ́wọ́.
4. Láti fa ìdààmú onírúurú nígbà tí iṣẹ́ náà bá ń lọ lọ́wọ́.
5. Láti jèrè ọkàn fún Sátánì.
   [*Àlàyé:* ***Ìmọ̀ràn àti ìjẹ́mímọ́ ń dáàbò bo ìjọ ju ariwo tàbí ìfura lọ. 1 Jòhánù 4:1–4.]***

Níwọ́n ìgbà tí mo ti sọ díẹ̀ nípa ohun tí a kọ sí òkè yìí ní orí kẹta, èmi yóò fún ọ ní ẹ̀rí ohun tí ó ṣẹlẹ̀ ní àìpẹ́ yìí. Àwọn Kristẹni gbọ́dọ̀ tẹ̀lé gbogbo ọ̀rọ̀ Olúwa Jésù Kristi, nítorí nígbà tí wọ́n bá ṣàìgbọ́ràn tàbí wọ́n bá juwọ́ sílẹ̀, wọ́n máa ń ṣubú nígbà tí Sátánì tàbí àwọn aṣojú rẹ̀ bá gbìyànjú láti ṣe bẹ́ẹ̀. Àwọn Kristẹni ni a ti pè jáde kúrò nínú òkùnkùn sínú ìmọ́lẹ̀ àgbàyanu Ọlọ́run fúnra rẹ̀. Àwọn Kristẹni ni a ti pè sí ìyàsọ́tọ̀ pátápátá kúrò nínú ayé àti ohun tí ó ń fúnni. "Ẹ jáde kúrò láàárín wọn kí ẹ sì ya ara yín sọ́tọ̀," (2 Kọ́r. 6:17) ni Ìwé Mímọ́ wí.

(Ẹ̀rí Arábìnrin J)
Arábìnrin yìí wà níbẹ̀, arábìnrin J (tí a kò fi orúkọ rẹ̀ pamọ́). A túń bí i, ó sì jẹ́ ọmọ ìjọ kan lára àwọn ìjọ 'alààyè' pátápátá. Lẹ́yìn náà, ó gbé ẹgbẹ́ rẹ̀ lọ sí ìjọ tèmi. Ó kópa nínú gbogbo ìgbòkègbodò nínú ìjọ náà, ó sì ń ṣiṣẹ́ gidigidi nínú wọn. Ṣùgbọ́n ìwà rẹ̀ nígbà kan di ẹni tí ó fura sí i. Nítorí náà, díẹ̀ lára wa pinnu láti lọ kí i ní ilé rẹ̀ kí a sì mọ ohun tí ó ń ṣe é gan-an. Nígbà tí a ń fọ̀rọ̀ wá a lẹ́nu wò, àwọn ẹ̀mí tí ó wà nínú rẹ̀ bínú, wọ́n sì bẹ̀rẹ̀ sí í fara hàn, lẹ́yìn náà wọ́n sọ fún wa pé òun ni aṣojú wọn nínú ìjọ náà. Wọ́n lé àwọn ẹ̀mí èṣù wọ̀nyí jáde kúrò nínú rẹ̀, wọ́n sì ń ṣe ìránṣẹ́ fún un láti gbà á là. "Arábìnrin, báwo ni o ṣe jẹ́ aṣojú Sátánì, síbẹ̀ o jẹ́ ọmọ ìjọ náà pátápátá?" A béèrè.
Ohun tí ó sọ fún wa ni èyí:

Gbogbo rẹ̀ bẹ̀rẹ̀ ní ọjọ́ kan, lẹ́yìn ìsìn ọjọ́ ìsinmi kan, 'arábìnrin' kan (onígbàgbọ́ obìnrin nínú Kristi, gẹ́gẹ́ bí ó ṣe rò) wá sọ́dọ̀ rẹ̀, ó sì sọ ìfẹ́ rẹ̀ láti sún mọ́ ọn nítorí, gẹ́gẹ́ bí 'arábìnrin' yìí ti sọ, ó fẹ́ràn ìgbésí ayé Kristẹni arábìnrin J. Ó gba ìbádọ́rẹ̀ẹ́ rẹ̀ láìsí ìfòyà. Àwọn méjèèjì lọ sí ilé arábìnrin J, ẹni tí wọ́n pè ní 'arábìnrin' sì mú ọ̀gẹ̀dẹ̀ àti èso ilẹ̀ jáde, èyí tí àwọn méjèèjì jẹ. Ó dúró pẹ̀lú Arábìnrin J fún ìgbà díẹ̀, lẹ́yìn náà ó lọ.

Àwọn ìbẹ̀wò rẹ̀ di déédéé, ní gbogbo ìbẹ̀wò rẹ̀, ó mú ẹ̀bùn wá fún arábìnrin J. Àwọn ẹ̀bùn náà wà láti aṣọ, bàtà, owó, àti bẹ́ẹ̀ bẹ́ẹ̀ lọ. Nígbà mìírán, ọ̀rẹ́ arábìnrin J yóò wá pẹ̀lú ọ̀pọ̀lọpọ̀ àwọn ọmọbìnrin mìíràn. Èyí ń bá a lọ fún ìgbà díẹ̀, nígbà tí 'arábìnrin' náà rí i pé ó ti ṣe àṣeyọrí nínú pípa ìmọ́lẹ̀ Kristi nínú Arábìnrin J, ó yípadà, ó sì bẹ̀rẹ̀ sí í ṣèbẹ̀wò sí Arábìnrin J pẹ̀lú ẹ̀mí. Lẹ́yìn náà, wọ́n fún Arábìnrin J ní aṣọ pupa, òkúta omi, òrùka fún ìka ẹsẹ̀ ọ̀tún rẹ̀, àti ẹ̀wọ̀n fún ẹsẹ̀ rẹ̀. Nítorí pé ó ti jẹun púpọ̀ pẹ̀lú wọn, ó sì ti gba ọ̀pọ̀lọpọ̀ nǹkan lọ́wọ́ wọn, kò sí àǹfààní láti padà sẹ́yìn. Ó bá wọn dá májẹ̀mú, ó sì bẹ̀rẹ̀ sí í lọ sí àwọn ìpàdé wọn. Ó lè yípadà sí ejò, àdán, àti bẹ́ẹ̀ bẹ́ẹ̀ lọ. Lẹ́yìn náà, ó di aṣojú wọn láti jèrè ọkàn fún wọn nínú ìjọ.
Ìyìn ni fún Ọlọ́run, ó ti fi fún un báyìí! Gbogbo ẹ̀bùn tí a fún un ni a parun, ó sì ti láyọ̀ nínú Olúwa báyìí.
[Àlàyé: ***Ẹ̀rí yìí tẹnu mọ́ 1 Kọ́ríńtì 15:33 —" Ìbánisọ̀rọ̀ búburú a máa ba ìwà rere jẹ́." Ìyípadà ẹ̀mí lè wáyé nípasẹ̀ ìbáṣepọ̀ àìbìkítà.]***

Olùkàwé ọ̀wọ́n, gbogbo rẹ̀ bẹ̀rẹ̀ pẹ̀lú ìbádọ́rẹ̀ẹ́ àrà ọ̀tọ̀, àti nítorí pé Arábìnrin J kò ní ẹ̀mí ìmòye, kò sì kíyèsára gẹ́gẹ́ bí Olúwa ti pàṣẹ pé "ẹ máa ṣọ́ra, kí ẹ sì máa gbàdúrà kí ẹ má baà bọ́ sínú ìdánwò," (Máàkù 14:38) ó ṣìnà, ó sì ṣubú sínú ọwọ́ àwọn ọ̀tá, ìran rẹ̀ ìbá sì ti parí sí ọ̀run àpáàdì nítorí àìbìkítà.

O le fi awọn aṣoju Satani mọ awọn wọnyi ni irọrun:

- Wọ́n máa ń wọ òrùka sí ọ̀kan lára àwọn ìka ẹsẹ̀ ńlá wọn, wọ́n máa ń fi ẹ̀wọ̀n yí ẹsẹ̀ wọn ká, wọ́n máa ń fi òrùka imú wọn, wọ́n máa ń fi òrùka bò ó, àti bẹ́ẹ̀ bẹ́ẹ̀ lọ.
- Wọ́n lè wọ inú ìjọ tàbí ẹgbẹ́ kan kí wọ́n sì ní ìtara nínú àwọn ìgbòkègbodò ẹgbẹ́ tàbí ìjọ, kìkì fún

Kristẹni kan ṣoṣo tí wọ́n ń wá.
Àwọn kan ń hùwà àìtọ́, àwọn mìíràn sì jẹ́ ibi, àti bẹ́ẹ̀ bẹ́ẹ̀ lọ. Ìdí nìyí tí ọmọ Ọlọ́run fi yẹ kí ó béèrè lọ́wọ́ Ọlọ́run fún ẹ̀mí òye, kí ó lè dá wọn mọ̀ ní ojú kan. Nígbà tí wọ́n bá mọ̀ pé o ti dá wọn mọ̀, wọ́n máa rí i dájú pé wọn kò sún mọ́ ọ. Ìdí ni pé ọ̀gá wọn yóò kìlọ̀ fún wọn nípa rẹ!

Ní Àwọn Ibi Ọjà

Wọ́n ń ṣiṣẹ́ ní onírúurú ọ̀nà ní ọjà. Ọjà náà jẹ́ ọ̀kan lára àwọn agbègbè pàtàkì tí wọ́n ń ṣiṣẹ́, gẹ́gẹ́ bí hótẹ́ẹ̀lì náà ṣe wà níbi tí wọ́n ti ń lúgọ fún àwọn ọkùnrin. Ní ọjà, wọ́n máa ń yan àwọn tí wọ́n bá pa, àwọn aboyún kan tí wọ́n ń ṣe ìṣẹ́yún wọn láti jẹ́ kí wọ́n gba ẹ̀jẹ̀ fún àwọn tí wọ́n bá pa ẹ̀jẹ̀ wọn. Àwọn tí wọ́n bá pa kan máa ń tẹ̀lé wọn lọ sí ilé wọn láti lọ bẹ irú àwọn bẹ́ẹ̀ wò ní òru.
[Àlàyé: ***Ẹ̀jẹ̀ Jésù ni ìbòrí onígbàgbọ́, kì í ṣe ìpayà—rìn nínú ìwà mímọ́ àti ìgboyà (Sm 91).]***

Èyí ń ṣẹlẹ̀ sí àwọn aláìgbàgbọ́! Àwọn ọjà àṣehàn kan tí a ń tà ní ọjà fún àpẹẹrẹ ẹ̀gbà ọrùn, ìpara ìpara, òórùn dídùn, àti àwọn oúnjẹ bíi sardines "Ayaba Etí Òkun" àti bẹ́ẹ̀ bẹ́ẹ̀ lọ, ní ìpilẹ̀ṣẹ̀ àjèjì.
Àwọn ìṣe kan wà tí àwọn Kristẹni gbọ́dọ̀ ṣọ́ra fún, nítorí o lè rí obìnrin kan tàbí ọkùnrin kan tí ó fọwọ́ kan ikùn rẹ tàbí apá kan ara rẹ lójijì. Ó ń fa àìsàn. Nítorí náà, Kristẹni yẹ kí, nígbà tí ó bá ní ìrírí èyí, pàṣẹ ní orúkọ Jésù, fífọ́ tàbí pa àwọn ètò èṣù run, àti bẹ́ẹ̀ bẹ́ẹ̀ lọ. Ó sì dájú pé ohunkóhun tí o bá fọnká tàbí dè níbí lórí ilẹ̀ ayé yóò rí bẹ́ẹ̀. (Matteu 16:19, Matteu 18:18)

*[Àlàyé: **Ìdáhùn pàtàkì kì í ṣe ìbẹ̀rù ṣùgbọ́n ìpolongo: lo ẹnu rẹ láti fi agbára mú àwọn ààlà Ọlọ́run ṣẹ.]***

Àwọn Ìgbòkègbodò Àṣà

Ó tún ṣe pàtàkì láti kíyèsí pé ọ̀pọ̀ ènìyàn ló máa ń bẹ̀rẹ̀ sí í ṣe iṣẹ́ Sátánì tàbí kí wọ́n máa fi ọ̀pọ̀lọpọ̀ àwọn ayẹyẹ àti ijó wọ̀nyí sínú wọn. Ọ̀pọ̀lọpọ̀ àṣà wa jẹ́ ti ẹ̀mí èṣù. Àwọn kan nípasẹ̀ àwọn ọ̀rẹ́, àwọn mìíràn nípasẹ̀ kíkà àwọn ìwé kékeré tàbí ìwé ìtàn. Àwọn ẹ̀mí èṣù máa ń rìn kiri ní àyíká gbogbo ère. Wọ́n ń ṣiṣẹ́ nípasẹ̀ àwọn ère nínú ìṣe ìbọ̀rìṣà (Sek 10:2). Gẹ́gẹ́ bí apá kan pàtó nínú ìsìn, ìbọ̀rìṣà ń fi agbára àtọ̀runwá hàn sí àwọn ẹ̀dá àdánidá, ó sì ń fi ọlá àtọ̀runwá fún ohun tí a ṣẹ̀dá (Romu 1:18–22). Ìwé Mímọ́ túmọ̀ ìbọ̀rìṣà gẹ́gẹ́ bí panṣágà ẹ̀mí (Jer 3:8–10). Nítorí náà, ọmọ Ọlọ́run kò gbọdọ̀ ní ìsopọ̀ kankan, tàràtà tàbí láìtààrà, pẹ̀lú ìbọ̀rìṣà.
Ohun tí a ń pè ní ìgbésí ayé gíga, orin juju àti disco ni Sátánì àti àwọn ẹ̀mí èṣù rẹ̀ mí sí.
*[Àlàyé: **A gbọ́dọ̀ ṣàtúnṣe àṣà nípasẹ̀ ipò ọba Kristi, kì í ṣe kí a kọ̀ wọ́n sílẹ̀ ní gbogbogbòò—ṣùgbọ́n gbogbo ìbọ̀rìṣà gbọ́dọ̀ kọ̀ sílẹ̀.]***

Mo rántí pé kí Olúwa tó gbà mí là, ní ọ̀kan lára àwọn ìpàdé tí a ṣe pẹ̀lú Sátánì, ó sọ pé: "Ayé yìí ni tèmi, èmi yóò sì ṣàkóso gbogbo ayé ní agbára mi, èmi yóò sì pa gbogbo àwọn tí ó gbàgbọ́ ní orúkọ Ẹni Olódodo run." Sátánì kò mẹ́nu ba orúkọ Jésù. Bí ẹnikẹ́ni bá ṣe èyí níwájú rẹ̀, ó wà nínú ewu pípadánù ẹ̀mí rẹ̀. Ó ṣèlérí láti fi àwọn tí ó jẹ́ aṣojú rẹ̀, àwọn gómìnà, àti bẹ́ẹ̀ bẹ́ẹ̀ lọ. Sátánì jẹ́ òpùrọ́ àti ní tòótọ́ baba irọ́.
Àwọn ètò kan tún wà láti pa àwọn Kristẹni ní Nàìjíríà lẹ́nu mọ́ nípa dídínà àwọn Bíbélì àti ìwé Kristẹni láti kó wọlé. Ó ń

ṣiṣẹ́ nípasẹ̀ àwọn aláìgbàgbọ́ ní ipò ìṣàkóso àti àṣẹ, láti bẹ̀rẹ̀ àwọn ìlànà àti ètò tí ó lòdì sí Kristẹni. Ó dá àwọn ilé ìwòsàn sílẹ̀ tí yóò dàbí ẹni tí ó ní ìsìn gidigidi àti nípasẹ̀ wọn tí wọ́n ń sọ pé àwọn ẹ̀mí ni wọ́n. Àwọn ilé ìwòsàn wọ̀nyí tí a sábà máa ń pè ní ilé ìwòsàn ẹ̀mí wà ní àyíká wa. Níbí ni a ti ń ṣe ọ̀pọ̀ iṣẹ́ ìyanu irọ́ láti tan àwọn oníbàárà wọn jẹ.
[Àlàyé: ***Àwọn àmì èké àti ẹ̀mí èké ni àfarawé èṣù—dán gbogbo ẹ̀mí wò (1 Jòhánù 4:1).]***

Sátánì mọ̀ dáadáa nípa wíwá Jésù Kristi kejì, ó sì ń rọ àwọn aṣojú rẹ̀ nígbà gbogbo láti yára kí wọ́n sì ní ìtara nínú iṣẹ́ wọn, ó máa ń sọ nígbà gbogbo pé: "A kò ní àkókò tó kù." Ọmọ Ọlọ́run ọ̀wọ́n, Sátánì kò sùn, kí ló dé tí o fi gbọ́dọ̀ sùn?
[Àlàyé: ***Róòmù 13:11 —" Àkókò tó láti jí lójú oorun ni." Ìkánjú náà jẹ́ òótọ́, ṣùgbọ́n ìṣẹ́gun Ọlọ́run náà ni.]***

Àròjinlẹ̀: Dídúró Lágbára Nínú Ogun Ẹ̀mí

Mọ̀: Ibi jẹ́ òótọ́, ṣùgbọ́n Kristi tóbi jù (1 Jòhánù 4:4).
Kọjú ìjà sí: Dúró fún Ọlọ́run; kọjú ìjà sí Èṣù, yóò sì sá (Jákọ́bù 4:7).
Túnṣe: Fi Ìwé Mímọ́ àti ìjọsìn kún ẹnu rẹ, kì í ṣe ìbẹ̀rù.
Sọ: Dúró nínú àjọṣepọ̀ tí Ẹ̀mí ń darí àti lábẹ́ àṣẹ Ọlọ́run.
Ṣíṣí: Lo òye; fi òkùnkùn hàn nípasẹ̀ ìmọ́lẹ̀, kì í ṣe ẹ̀sùn.
Sinmi: Gbé láti ipò ìjókòó rẹ nínú Kristi—ó ga ju gbogbo agbára lọ.

Àdúrà Ìhámọ́ra àti Ìmọ̀ràn

Olúwa Jésù Kristi, ìwọ ti ṣẹ́gun àwọn ìjọba àti agbára. Fi ìhámọ́ra rẹ wọ̀ mí lójoojúmọ́—àmùrè òtítọ́, ìgbàyà òdodo, àpáta ìgbàgbọ́, àṣíborí ìgbàlà, àti idà Ẹ̀mí. Kọ́ mi láti dúró ṣinṣin, láti mọ gbogbo èké, àti láti lo àṣẹ mi nínú ìfẹ́ àti ìrẹ̀lẹ̀. Jí mi láti gbàdúrà, láti ṣọ́ra, àti láti tàn bí ìmọ́lẹ̀ láàrín òkùnkùn. Ní orúkọ rẹ, gbogbo ahọ́n ẹ̀tàn ni a pa lẹ́nu mọ́, gbogbo ìdẹkùn ni a ṣí sílẹ̀, gbogbo agbára òkùnkùn sì fọ́. Mo fara pamọ́ pẹ̀lú Kristi nínú Ọlọ́run—a kò lè mì tìtì àti aṣẹ́gun. Àmín.

(Éfésù 6:10–18; Kólósè 2:15; Sáàmù 91)

Orí Kẹjọ: Àwọn Ohun Ìjà Àwọn Onígbàgbọ́

(Orúkọ Jésù · Ẹ̀jẹ̀ Jésù · Ọ̀rọ̀ Ọlọ́run · Ìyìn Kristẹni)

"Níkẹyìn, ẹ̀yin ará, ẹ jẹ́ alágbára nínú Olúwa àti nínú agbára agbára Rẹ̀. Ẹ gbé gbogbo ìhámọ́ra Ọlọ́run wọ̀ kí ẹ lè dúró lòdì sí àwọn ọgbọ́n àrékérekè Èṣù." —Éfésù *6:10–11*

"Wọ́n sì ṣẹ́gun rẹ̀ nípasẹ̀ ẹ̀jẹ̀ Ọ̀dọ́ Àgùntàn náà àti nípa ọ̀rọ̀ ẹ̀rí wọn..." —*Ìfihàn 12:11*

Mo ti sọ pupọ̀ nípa èyí tẹ́lẹ̀, ṣùgbọ́n láti fúnni ní àpẹẹrẹ díẹ̀. Ẹ jọ̀wọ́ ẹ mọ̀ pé AGBARA wà ní orúkọ Jésù yẹn! Agbára wà nínú Ẹ̀jẹ̀ Jésù!

Ìwé Mímọ́ sọ pé:

"Nígbà tí a sì rí i ní àwọ̀ ènìyàn, ó rẹ ara rẹ̀ sílẹ̀, ó sì di onígbọràn títí dé ikú, àní ikú àgbélébùú. Nítorí náà ni Ọlọ́run pẹ̀lú ti gbé e ga gidigidi, ó sì ti fún un ní orúkọ tí ó ga ju gbogbo orúkọ lọ: Kí gbogbo eékún kí ó máa tẹ̀ ba ní orúkọ Jésù, àwọn ohun tí ń bẹ ní ọ̀run, àti àwọn ohun tí ń bẹ ní ayé àti àwọn ohun tí ń bẹ lábẹ́ ilẹ̀ ayé: Àti kí gbogbo ahọ́n jẹ́wọ́ pé Jésù Kristi ni Olúwa, fún ògo Ọlọ́run Baba." (Fílípì 2:8–11)

Ìwé Mímọ́ tún sọ pé:

"Wọ́n sì ṣẹ́gun rẹ̀ nípa ẹ̀jẹ̀ Ọ̀dọ́ Àgùntàn náà àti nípa ọ̀rọ̀ ẹ̀rí wọn." (Ìfihàn 12:11)

Jẹ́ kí orúkọ "Jésù" máa wà ní ẹnu rẹ nígbà gbogbo! Àwọn méjì yìí, orúkọ àti ẹ̀jẹ̀, tú ètò Sátánì ká, wọ́n sì pa àwọn ọgbọ́n Sátánì àti àwọn aṣojú rẹ̀ run.
[*Àlàyé:* ***Orúkọ Jésù kì í ṣe ìlànà—agbára ni a fi fúnni. Ẹ̀jẹ̀ kì í ṣe ìgbàgbọ́ àsán—ó jẹ́ ìbòrí májẹ̀mú. Papọ̀, wọ́n fipá mú ìràpadà wá.]***

Agbára nínú Ìyìn

Èkejì, o gbọ́dọ̀ kọ́ bí a ṣe ń kọrin ìyìn sí Ọlọ́run nígbà gbogbo. Agbára wà nínú ìyìn.

Pásítọ̀ yìí wà níbẹ̀ — Pásítọ̀ IK (tí a kò fi orúkọ rẹ̀ pamọ́). Ó ń ṣe olùṣọ́-àgùntàn ní ìjọ kan ní Ebute Metta. Ó di ibi tí mo fẹ́ fojú sí, àwọn ẹ̀ṣẹ̀ rẹ̀ sì ni:

1. Ó da àlàáfíà wa rú nípa ṣíṣe àwọn ìpè ní òwúrọ̀ kùtùkùtù , ìyẹn ni wíwàásù ní kùtùkùtù òwúrọ̀.
2. Ó rìn kiri pẹ̀lú megaphone rẹ̀ ó sì dúró sí ibùdókọ̀ No. 2 ní ojú ọ̀nà Akintola, Ebute Metta. Níbẹ̀ ni yóò ti máa wàásù. Kò ní dúró síbẹ̀ ṣùgbọ́n yóò máa di àwọn ẹ̀mí èṣù mú, àti bẹ́ẹ̀ bẹ́ẹ̀ lọ.
3. Nínú ìjọ rẹ̀, ó máa ń wàásù, ó máa ń tú àṣírí iṣẹ́ òkùnkùn, lẹ́yìn èyí ni ó bẹ̀rẹ̀ sí í dè àwọn ẹ̀mí èṣù.
4. Ó gbàdúrà púpọ̀.
5. Ó máa ń kọrin, ó sì máa ń yin Ọlọ́run nígbà gbogbo. ***[** Àlàyé:* ***Ìyìn kì í ṣe ohun tó kún—ogun ni. Sáàmù 149 sọ pé ìyìn máa ń fi ẹ̀wọ̀n dè àwọn ọba.]***

Mo rán àwọn ìránṣẹ́ mi sí i ṣùgbọ́n wọn kò le pa á, nítorí náà mo pinnu láti ṣe iṣẹ́ náà fúnra mi. Ní ọjọ́ náà, mo rí i tí ó ń rìn ní GRA tuntun.

Ohun kan tó yẹ ká mẹ́nu kàn níbí nípa Pásítọ̀ yìí ni pé: nígbàkigbà tí a bá lọ sọ́dọ̀ rẹ̀, a máa ń rí àwọn ọ̀wọ̀n ìkùukùu pẹ̀lú ọwọ́ ọ̀tún àti òsì rẹ̀, tí wọ́n ń bá a rìn, nítorí náà àwọn nǹkan wọ̀nyí ń dí wa lọ́wọ́. Ṣùgbọ́n ní ọjọ́ yìí gan-an, mi ò rí ohunkóhun, nítorí náà mo ní ìdánilójú pé iṣẹ́ mi yóò yọrí sí rere.

Mo pàṣẹ pé kí òjò rọ̀ kí n lè fi ààrá lù ú. Òjò bẹ̀rẹ̀, ààrá sì bẹ̀rẹ̀. Gbogbo igi tó wà ní agbègbè náà bẹ̀rẹ̀ sí í pàdánù ẹ̀ka wọn, ṣùgbọ́n Pásítọ̀ yìí ń kọrin pẹ̀lú ayọ̀. Mo ṣì rántí orin náà:

"Ní orúkọ Jésù ni gbogbo eékún yóò máa tẹ̀ ba."

Bí ó ti ń bá orin yìí lọ, òjò dúró, ààrá sì dáwọ́ dúró. Lẹ́sẹ̀kẹsẹ̀ ni àwọn áńgẹ́lì méjì farahàn, ọ̀kan ní ẹ̀gbẹ́ méjèèjì, pẹ̀lú idà iná. Ojú wọn àti idà náà dàbí iná iná. Lẹ́yìn náà ni afẹ́fẹ́ líle kan gbé mi lọ, mo sì rí ara mi ní ìlú mìíràn! Ní tòótọ́ , mo dààmú, ṣùgbọ́n nítorí pé a le koko, ohun tí mo sọ ni pé: "Ọkùnrin yìí ti sá àsálà lẹ́ẹ̀kan sí i!"

Pásítọ̀ náà kò mọ ogun ẹ̀mí tí wọ́n jà nítorí rẹ̀. Nítorí náà, o lè rí i pé ọmọ Ọlọ́run wà ní ààbò tó dájú. Nígbà tí Bíbélì sọ pé: *"Kò sí ohun tí yóò pa ọ́ lára rárá,"* ó túmọ̀ sí ohun tí ó sọ!
[Àlàyé: ***Ìyìn ń pe wíwà Ọlọ́run—Sáàmù 22:3. Níbi tí Ọlọ́run ń gbé, òkùnkùn ń sá lọ.]***

Agbára Ẹ̀jẹ̀

Ẹ̀rí kejì jẹ́ nípa Kristẹni kan tí ó wọ ọkọ̀ takisí kan náà pẹ̀lú mi. Ó ní ìtara púpọ̀, ó sì bẹ̀rẹ̀ sí í pín àwọn ìwé ìròyìn ìhìnrere nínú takisí náà. Nígbà tí ó fún mi ní ìwé ìròyìn náà , mo kọ̀ ọ́. Ó bẹ̀rẹ̀ sí í wàásù. Nítorí náà , mo dààmú, mo sì fi òrùka tí ó wà ní ìka mi gbá a. Ìyẹn ni láti pa á.

Ọmọkùnrin yìí kígbe pé: "Ẹ̀jẹ̀ Jésù!" Lẹ́sẹ̀kẹsẹ̀ ni mànàmáná àti iná àti áńgẹ́lì kan farahàn. Afẹ́fẹ́ líle tún gbé mi jáde pẹ̀lú agbára ńlá láti inú takisí náà lọ sí inú igbó gbígbóná. Tí kì í bá ṣe pé mo jẹ́ ọkùnrin tí àwọn agbára búburú ń tì lẹ́yìn, ìbá ti sọnù nínú igbó. Kristẹni náà kò mọ ogun tí ó lọ fún un. Ohun tí ó mọ̀, títí kan àwọn arìnrìn-àjò mìíràn, ni pé mo ti sọnù kúrò nínú takisí náà!
***[Àlàyé:* Ẹ̀jẹ̀ náà ṣì ń sọ̀rọ̀ (Hébérù 12:24). Ìdáhùn kíákíá gbogbo onígbàgbọ́ — " Ẹ̀jẹ̀ Jésù!" — ń mú ààbò ọ̀run ṣiṣẹ́.]**

Orúkọ Jésù tàbí Ẹ̀jẹ̀ Jésù ní ẹnu onígbàgbọ́ ń rán iná jáde àti bẹ́ẹ̀ bẹ́ẹ̀ lọ. Ìwé Mímọ́ sọ pé:

"Orúkọ Olúwa jẹ́ ilé ìṣọ́ agbára: olódodo sá wọ inú rẹ̀, ó sì wà ní ààbò." (Òwe 18:10)

Olùkàwé ọ̀wọ́n, tí o bá jẹ́ ọmọ Ọlọ́run, rántí pé Ọlọ́run ti gbé ọ̀rọ̀ Rẹ̀ ga ju gbogbo orúkọ Rẹ̀ lọ (Sáàmù 138:2). Nítorí náà, jẹ́wọ́ Ọ̀rọ̀ náà (Ọ̀rọ̀ Ọlọ́run) nígbà tí o gbàgbọ́ pé ohun tí o sọ yóò ṣẹ, yóò sì rí bẹ́ẹ̀. Ìlérí Ọlọ́run nìyẹn!
***[Àlàyé:* Ọ̀rọ̀ náà fún Orúkọ ní ohùn ẹ̀jẹ̀ àti agbára. Gbogbo mẹ́ta—Ọ̀rọ̀, Ẹ̀jẹ̀, Orúkọ—jẹ́ ẹgbẹ́ mẹ́ta ìṣẹ́gun onígbàgbọ́.]**

tún fẹ́ sọ níbí pé ohun tí o mọ̀ nìkan ni o lè jẹ́wọ́. Ìwé Mímọ́ pàṣẹ fún wa láti máa gbádùn Ọ̀rọ̀ Ọlọ́run, kí a máa ṣàṣàrò lórí rẹ̀ lọ́sàn-án àti lóru. (Sáàmù 1:2) Kí o tó lè pín Ọ̀rọ̀ Òtítọ́ ní ọ̀nà tó tọ́, o gbọ́dọ̀ mọ̀ ọ́n.

"Ẹ jẹ́ kí ọ̀rọ̀ Kristi máa gbé inú yín lọ́pọ̀lọpọ̀ nínú ọgbọ́n gbogbo." (Kólósè 3:16)
"Alábùkún ni fún ẹni tí kò rìn ní ìmọ̀ràn àwọn ènìyàn búburú, tí kò dúró ní ọ̀nà àwọn ẹlẹ́ṣẹ̀, tí kò sì jókòó ní ipò àwọn ẹlẹ́gàn. Ṣùgbọ́n inú dídùn rẹ̀ wà nínú òfin Olúwa; àti nínú òfin Rẹ̀ ó ń ṣe àṣàrò ní ọ̀sán àti ní òru. Yóò sì dàbí igi tí a gbìn sí etí odò omi, tí ó ń so èso rẹ̀ ní àkókò rẹ̀; ewé rẹ̀ kì yóò sì rọ; ohunkóhun tí ó bá ṣe yóò sì ṣe rere." (Sáàmù 1:1–3)

Tún mọ Bíbélì rẹ; gbàdúrà láìdáwọ́dúró; ní ọkàn orin kí o sì dúró, kí o lo àṣẹ tí Olúwa Jésù Kristi fún ọ!
[Àlàyé: ***Ìmọ̀ máa ń mú kí àṣẹ lágbára sí i. Ọkàn tí ń kọrin máa ń gbé ìṣẹ́gun ró. Èyí kì í ṣe àṣà—ìbátan ni.]***

Àròjinlẹ̀: Ohun ìjà mẹ́rin ti àwọn tí a ràpadà

1. Orúkọ náà: Kéde rẹ̀—Jésù ni Olúwa lórí gbogbo ipò (Fílípì 2:9–11).
2. Ẹ̀jẹ̀ náà: Fi í sí ara rẹ̀—àpáta májẹ̀mú rẹ lòdì sí ẹ̀sùn àti ìpalára (Ìfihàn 12:11).
3. Ọ̀rọ̀ náà: Sọ ọ́—idà ẹ̀mí rẹ àti ìwọ̀n òtítọ́ (Éfé. 6:17).
4. Ìyìn: Gbé e ró—àpáta ìṣẹ́gun rẹ tí ó ń fa wíwà Ọlọ́run (Sáàmù 149:6–9).

Ṣe adaṣe lojoojumọ:

- Bẹ̀rẹ̀ ní gbogbo òwúrọ̀ láti jẹ́wọ́ Ọ̀rọ̀ náà.
- Ẹ bẹ àwọn ènìyàn yín lórí ẹ̀jẹ̀ náà.
- Gbóríyìn fún ọ kí o tó bẹ̀bẹ̀.
- Lo Orúkọ náà gẹ́gẹ́ bí àṣẹ, kìí ṣe ìbẹ̀rù.

Àdúrà Àṣẹ àti Ìyìn

Olúwa Jésù, Orúkọ Rẹ ga ju gbogbo orúkọ lọ.
Ẹ̀jẹ̀ Rẹ ń sọ̀rọ̀ dáadáa ju ẹ̀jẹ̀ Ábẹ́lì lọ. Ọ̀rọ̀ Rẹ ni ìyè, ìmọ́lẹ̀, àti iná ní ẹnu mi. Lónìí ni mo fi ìṣẹ́gun Rẹ bo ara mi. Jẹ́ kí gbogbo ètò òkùnkùn túká; kí gbogbo ahọ́n ẹ̀sùn pa ẹnu mọ́. Kọ́ mi láti lo idà Ẹ̀mí àti láti máa kọrin ìyìn. Mo ṣẹ́gun nípasẹ̀ Ẹ̀jẹ̀ Rẹ, Ọ̀rọ̀ Rẹ, àti Orúkọ Rẹ. Mo dúpẹ́ lọ́wọ́ Rẹ fún àwọn áńgẹ́lì tí wọ́n yàn fún iṣẹ́ àti àlàáfíà tí ó ju òye lọ. Mo fara pamọ́ nínú Rẹ, mo sì ń ṣẹ́gun títí láé. Àmín.
(Fílípì 2:9–11; Ìfihàn 12:11; Éfésù 6:10–18; Sm. 149)

Orí 9: Kí Ni Ó Tẹ̀lé Nísinsìnyí?

" Ẹ̀mí àti ìyàwó wí pé, "Máa bọ̀!" Kí ẹni tí ó gbọ́ sì wí pé, "Máa bọ̀!" Ẹni tí òùngbẹ bá ń gbẹ, kí ó wá; ẹnikẹ́ni tí ó bá sì fẹ́, kí ó gba ẹ̀bùn ọ̀fẹ́ omi ìyè náà. " **—Ìfihàn 22:17**

Lẹ́yìn tí o ti ka ẹ̀rí yìí tán, o kò nílò ìwàásù mọ́ láti fi ẹ̀mí rẹ fún Jésù Kristi. Ìwé Mímọ́ sọ pé: "Olè (Sátánì) kì í ṣe láti jalè, láti pa àti láti parun. Èmi (Jésù Kristi) wá kí ẹ̀yin lè ní ìyè, kí ẹ sì ní i lọ́pọ̀lọpọ̀" (Jòhánù 10:10).

[**Àkíyèsí Olóòtú:** ***Ìyàtọ̀ náà jẹ́ àmọ̀ọ́mọ̀: Sátánì ń jalè/pa á run; Jésù ń fúnni ní ìyè—*** **nísinsìnyí** ***àti*** **títí láéláé** .*]*

Sátánì kórìíra rẹ, ó sì ti ṣe onírúurú ọ̀nà láti mú ọ lọ sí ọ̀run àpáàdì pẹ̀lú rẹ̀. Èyí ni pé, o lè jẹ́rìí láti inú ẹ̀rí yìí. Tí Sátánì bá ṣe ìlérí fún ọ tàbí tí ó tilẹ̀ fún ọ ní ẹ̀bùn, mọ̀ pé èrò ibi ni. Sátánì jẹ́ òpùrọ́ àti baba irọ́. (Jòhánù 8:44) Ọlọ́run pè é ní ọ̀tá rẹ, kí ló dé tí o kò fi gbà Ọlọ́run àti Ọ̀rọ̀ Rẹ̀ gbọ́?

[**Àkíyèsí Olóòtú:** ***Gbogbo "ẹ̀bùn" láti inú òkùnkùn jẹ́ ìdẹkùn pẹ̀lú ẹ̀wọ̀n ìkọ̀kọ̀. Nínú Kristi nìkan ni a ti rí òmìnira.]***

Kì í ṣe nípa àìròtẹ́lẹ̀ ni o fi rí ẹ̀rí yìí. Ṣe àyẹ̀wò ara rẹ kí o sì rí i dájú pé o wà nínú Kristi. O ó ṣe àṣeyọrí nínú títàn ara rẹ jẹ bí o bá yàn láti máa lọ sí ṣọ́ọ̀ṣì, èyí tó burú jù, tí o bá sì tún pinnu láti máa ṣe ìpinnu pàtàkì yìí nígbèésí ayé rẹ.

[**Àkíyèsí Olóòtú:** ***Èyí ju wíwá lọ; ìdúróṣinṣin ni. Jésù kò pe àwọn onífẹ̀ẹ́—Ó pe àwọn ọmọ-ẹ̀yìn.]***

A bẹ̀ ọ́ ní ipò Kristi: Jẹ́ kí o bá Ọlọ́run rẹ́. Tí o kò bá tí ì gbàlà, ìyẹn túmọ̀ sí pé bí gẹ́gẹ́ bí Ọ̀rọ̀ Ọlọ́run, o kò bá tí ì gba Olúwa Jésù Kristi gẹ́gẹ́ bí Olúwa àti Olùgbàlà rẹ, lẹ́yìn tí o ti ṣe ìrìbọmi nípa ìrìbọmi, a gbà ọ́ níyànjú láti ṣe bẹ́ẹ̀ láìsí ìjáfara.

Ọ̀la le ti pẹ ju.
(Heberu 3:15)

Àròjinlẹ̀: Dáhùn Ìpè náà—Nísinsìnyí

- **Oore-ọ̀fẹ́ wà níbẹ̀:** Tí o bá rí ìdánilójú, *ìyẹn ni* Ẹ̀mí Mímọ́ ń pè ọ́ (Jòhánù 16:8,13).
- **Dídádúró kò ní ààbò:** Ìdádúró jẹ́ ìpinnu; ìfàsẹ́yìn ń fún àwọn ẹ̀wọ̀n àtijọ́ lágbára sí i.
- **Kristi tó:** Ẹ̀jẹ̀ rẹ̀ mú ẹ̀bi kúrò, ó ba àwọn májẹ̀mú pẹ̀lú òkùnkùn jẹ́, ó sì fi ayé tuntun wọ̀ ọ́ (Kólós. 1:13–14).

Àdúrà Ìgbàlà (Tí o bá ń yípadà sí Jésù nísinsìnyí)

Olúwa Jésù Kristi, mo wá sọ́dọ̀ rẹ lónìí.
Mo gbàgbọ́ pé o kú fún ẹ̀ṣẹ̀ mi o sì jíǹde kúrò nínú òkú.
Mo jẹ́wọ́ rẹ gẹ́gẹ́ bí Olúwa mi àti Olùgbàlà mi. Dáríjì mí, wẹ̀ mí mọ́ nípa ẹ̀jẹ̀ rẹ, kí o sì fún mi ní ọkàn tuntun. Mo kọ Sátánì àti gbogbo májẹ̀mú pẹ̀lú òkùnkùn sílẹ̀. Mo gba Ẹ̀mí Mímọ́ Rẹ àti agbára Rẹ láti gbé ìgbésí ayé tuntun. O ṣeun fún gbígbà mí là. Àmín.
(Jòhánù 1:12; Róòmù 10:9–10; Kólósè 1:13–14)

Àdúrà Ìfàsẹ́yìn àti Òmìnira (Tí o bá ti ní àjọṣepọ̀ ìjìnlẹ̀)

Ní orúkọ Jésù Kristi:
Mo kọ gbogbo májẹ̀mú, ìbúra, ìbẹ̀rẹ̀, ààtò, àti ohun tí ó ní í ṣe pẹ̀lú òkùnkùn, iṣẹ́ àjẹ́, ìbẹ́mìílò, agbára ojú omi, àwọn ẹgbẹ́ àṣírí, àti àwọn pẹpẹ ẹ̀mí èṣù sílẹ̀. Mo ya gbogbo ìdè ẹ̀mí tí a ṣe nípasẹ̀ àwọn ìṣe wọ̀nyí. Mo fagilé gbogbo ìpìlẹ̀ òfin tí òkùnkùn sọ nípasẹ̀ ẹ̀jẹ̀ Jésù. Mo pàṣẹ fún gbogbo ẹ̀mí àìmọ́ láti fi mí sílẹ̀ nísinsìnyí kí wọ́n má sì padà wá mọ́. Mo ya ara mi, ọkàn mi, àti ẹ̀mí mi sí mímọ́ fún Olúwa Jésù Kristi nìkan. Àmín.
(Ìfihàn 12:11; Kólósè 2:14–15; Lúùkù 10:19)

Awọn Igbesẹ Marun Rẹ Tókù

1. **Ṣe ìtẹ̀bọmi nínú omi (nípa ìrìbọmi)** — gẹ́gẹ́ bí ìṣe ìgbọràn àti ìdámọ̀ ní gbangba pẹ̀lú Kristi (Ìṣe Àwọn Aposteli 2:38; Romu 6:3–4).
2. **Dara pọ̀ mọ́ ìjọ Ọ̀rọ̀-Ẹ̀mí** — àwùjọ ìwàásù Bíbélì tí ó dá lórí Kristi tí ó ń gbàdúrà tí ó sì ń kọ́ àwọn ọmọ-ẹ̀yìn.
3. **Pa àwọn ohun ìríran run** — àwọn ìwé, àwọn ohun ìṣọ́, àwọn pẹpẹ, òrùka, aṣọ; yọ kúrò kí o sì jóná (Ìṣe Àwọn Aposteli 19:19).
4. **Bẹ̀rẹ̀ Orin Ojoojúmọ́ Tó Rọrùn** — Ìwé Mímọ́ (ka ìwé sókè), àdúrà, ìjọsìn; kọ ohun tí Ọlọ́run fi hàn ọ́ sílẹ̀.
5. **Sọ fún Ẹnìkan** — pín ẹ̀rí rẹ pẹ̀lú ọgbọ́n; ó ń fún òmìnira rẹ lágbára ó sì ń ran àwọn ẹlòmíràn lọ́wọ́ (Ìfihàn 12:11).

Ìtọ́sọ́nà fún pápá: Ìdàgbàsókè lẹ́yìn ìtúsílẹ̀

- **Jẹ́ ọ̀kan lára:** Gbin nínú ìjọ Ọ̀rọ̀-Ẹ̀mí; lépa ìtọ́nisọ́nà.
- **Kọ́:** Ìwé Mímọ́ ojoojúmọ́ + àdúrà (sọ̀rọ̀ sókè); gbààwẹ̀ lẹ́ẹ̀kọ̀ọ̀kan.
- **Ṣíṣe àdéhùn:** Kọ̀ àwọn májẹ̀mú àtijọ́ sílẹ̀; pa àwọn ohun ìjìnlẹ̀ run (Ìṣe Àwọn Apọsteli 19:19).
- **Ààlà:** Kò sí àdéhùn ìkọ̀kọ̀; kò sí ìbáṣepọ̀ pẹ̀lú àwọn "ọ̀rẹ́" òkùnkùn.
- **Ogun:** Lo ìjẹ́wọ́, ìdàpọ̀, àti àdúrà àṣẹ (Efe. 6:10–18).
- **Jẹ́rìí:** Sọ ẹ̀rí rẹ pẹ̀lú ọgbọ́n; ó ń mú kí àwọn ẹ̀sùn má balẹ̀ (Ìfihàn 12:11).

Àdúrà Ààbò àti Ìfaradà

Olúwa Jésù, Ìwọ ni Olùṣọ́ Àgùntàn mi. Mo gbọ́ ohùn rẹ mo sì tẹ̀lé ọ.
Mo kọ gbogbo ìhalẹ̀mọ́ni, ìdúnàádúrà, àti ìdẹ́rùba òkùnkùn sílẹ̀. Fi iná rẹ yí mi ká, fi àwọn áńgẹ́lì sí ọ̀nà mi, kí o sì pa mí mọ́ nínú Ọ̀rọ̀ àti àwùjọ rẹ. Kò sí ohun ìjà tí a ṣe sí mi tí yóò ṣe àṣeyọrí. Mo dúró ní ọwọ́ rẹ—nísinsìnyìí àti títí láé. Àmín.
(Jòhánù 10:27–28; Aísá. 54:17; Sáàmù 91)

Ìrìn-àjò Ọjọ́ 40 (Àṣàyàn, fún àwọn òǹkàwé tí wọ́n fẹ́ ìrìn-àjò ìtọ́sọ́nà)

Fún ìtòlẹ́sẹẹsẹ ojoojúmọ́ kúkúrú (ìdajì ojú ìwé fún ọjọ́ kan), wo ìwé ìsìn alábáṣepọ̀ tí a tọ́ka sí tẹ̀lẹ̀: ***From Darkness to Dominion: 40 Days to Break Free from the Hidden Grip of Darkness*** — ó so Ìwé Mímọ́ pọ̀, òye kúkúrú, àti àdúrà àfojúsùn fún ìmọ̀, ìdáǹdè, àti agbára.

Pin Ẹ̀rí Rẹ / Beere fun Iranlọwọ

A fẹ́ láti dúró tì yín. Ẹ sọ ohun tí Jésù ti ṣe tàbí kí ẹ béèrè fún ìmọ̀ràn níbí:
Ẹ sọ ẹ̀rí yín tàbí kí ẹ kàn sí wa:
https://www.otakada.org/contact-us-otakada/

Àwọn Ìbéèrè fún Àwọn Òǹkàwé, Ìjíròrò Àgbáyé àti Ilé-ẹ̀kọ́ Ìdáǹdè

"Nígbà tí Ẹ̀mí òtítọ́ bá dé, yóò tọ́ yín sọ́nà sí gbogbo òtítọ́."
—Jòhánù 16:13

Jákèjádò ayé, ẹ̀rí yìí ń bá a lọ láti máa fa ìbéèrè àti ìṣípayá láàrín àwọn onígbàgbọ́. Ọ̀kan lára irú ìjíròrò bẹ́ẹ̀ wá láti **ọ̀dọ̀ Arákùnrin Francesco** , onígbàgbọ́ kan ní Ítálì. Àwọn ọ̀rọ̀ rẹ̀ fi ebi ìdílé kárí ayé tó ń pọ̀ sí i hàn, tí wọ́n ń ṣàwárí pé ogun ẹ̀mí kì í ṣe èrò àtijọ́, ṣùgbọ́n ó jẹ́ òótọ́—àti pé Ẹ̀mí Mímọ́ ń jí àwọn olùṣọ́ ní àwọn ibi tí a kò retí.

Ìjíròrò pẹ̀lú Francesco (Ítálì)

Kí n tó ka ẹ̀rí Reverend Emmanuel Amos Eni, Francesco kọ̀wé pé, *mo ní ìran àti ìṣípayá nípa bí a ṣe ṣètò Satani — ìlànà àṣẹ àti ìṣàkóso , onírúurú iṣẹ́ àwọn ẹ̀mí èṣù, àti ohun tí ó ń darí wọn. Èmi kò tíì ní ìbáṣepọ̀ kankan pẹ̀lú Satani rí nígbà àtijọ́, bẹ́ẹ̀ náà ni ìdílé mi kò rí bẹ́ẹ̀. Níbí ní Italy, àwọn Kristẹni kì í sábà ní irú ìrírí bẹ́ẹ̀, àti pé ọ̀pọ̀ nínú wa kò sọ̀rọ̀ nípa ogun ẹ̀mí. Arákùnrin kan nínú Kristi dábàá pé kí n ka ìwé Reverend Eni — ó sì jẹ́ ohun ìyanu! Ohun gbogbo lójijì yé mi. Mo rí i pé ayé àìrí kan wà ní àyíká wa. Mo mọ̀ pé Sátánì wà, ṣùgbọ́n mo rò pé ó jìnnà sí wa. Nísinsìnyí mo rí iṣẹ́ rẹ̀ kedere.*

Nítorí náà, jọ̀wọ́, jẹ́ kí n béèrè:

1. *Kí ló dé tí onígbàgbọ́ lásán bíi tèmi yóò fi gba irú ìṣípayá bẹ́ẹ̀ nípa Sátánì láìsí pé ó ní àjọṣepọ̀ pẹ̀lú rẹ̀?*
2. *Kí ló dé tí mo fi gbọ́ ohùn kan — tí ó hàn gbangba pé kì í ṣe ti Ọlọ́run — tí ó ń sọ àwọn ìṣípayá fún mi nípa bí a ṣe lé àwọn áńgẹ́lì tí wọ́n ti ṣubú kúrò ní ọ̀run?*
3. *Kí ló dé tí ohùn kan náà fi fún mi ní agbára láti mú kí nǹkan ṣẹlẹ̀?*
4. *Kí ló dé tí mo fi jàǹbá lẹ́yìn tí mo kọ̀ láti gba àwọn ìfilọ́lẹ̀ wọ̀nyí, tí mo sì fi ṣẹ́ ẹsẹ̀ mi, tí ó sì yọrí sí iṣẹ́-abẹ àti ìfúnpá lórí ìdílé mi?*

Ìjẹ́ ọmọ-ẹ̀yìn nípasẹ̀ Ìjíròrò

Nígbà tí Francesco kàn sí wọn, Aṣojú **Monday O. Ogbe** ti *God's Eagle Ministries* dáhùn — kìí ṣe pẹ̀lú ìdáhùn kíákíá, ṣùgbọ́n nípa pípè é sínú ìjíròrò pẹ̀lú **Ẹ̀mí Mímọ́ nípasẹ̀ Ìwé Mímọ́.**

Ó kọ̀wé pé, "Ẹ̀mí Mímọ́ yóò máa fún ọ ní ìdáhùn tó máa ń dáhùn ohun tó ń ṣẹlẹ̀ ní àyíká rẹ nígbà gbogbo."
"Iṣẹ́ pàtàkì rẹ̀ ni láti darí wa sí gbogbo òtítọ́. Nítorí náà , kí n tó dáhùn fún ọ, mo fẹ́ kí o ṣe àṣàrò lórí àwọn ẹsẹ wọ̀nyí — Jòhánù 16:5–15 — kí o sì kọ ohun tí o kọ́ sílẹ̀. Jẹ́ kí Ẹ̀mí, kì í ṣe ìrònú, darí rẹ."

Francesco gbà bẹ́ẹ̀. Ní wákàtí díẹ̀ lẹ́yìn náà, ó dáhùn pé:

"Jésù ń bá àwọn ọmọ-ẹ̀yìn Rẹ̀ sọ̀rọ̀, ó ń sọ fún wọn pé òun yóò lọ láìpẹ́. Ó ṣèlérí pé Ẹ̀mí Mímọ́ yóò wá láti ṣàlàyé ohun tí wọn kò tíì mọ̀, láti ṣí àwọn ìṣẹ̀lẹ̀ ọjọ́ iwájú payá, àti láti fún wọn ní agbára pẹ̀lú ìmọ̀ àti agbára tí ó ju ti ẹ̀dá lọ. Àwọn

ọmọ-ẹ̀yìn yóò jèrè nípasẹ̀ Ẹ̀mí ohun tí wọ́n pàdánù nípasẹ̀ ìlọkúrò rẹ̀ nípa ti ara."

Ìjíròrò náà tẹ̀síwájú bí Aṣojú Ogbe ṣe darí rẹ̀ láti kẹ́kọ̀ọ́ **Lúùkù 4:1–28** , **Jẹ́nẹ́sísì 3** , **Jẹ́nẹ́sísì 6** , àti **Ìṣípayá 12** , ó sì béèrè lọ́wọ́ rẹ̀ láti kọ ohun tí ó kíyèsí sílẹ̀.

Francesco dáhùn pẹ̀lú òtítọ́, lẹ́sẹẹsẹ — ó túmọ̀ ìdánwò Kristi, ìṣubú Adamu àti Efa, ìgbọràn Noa, àti ìkún omi. Ó kíyèsí bí ejò ṣe ń darí ìrònú, ìmọ̀lára, àti ìfẹ́; bí ìgbọràn ṣe ń pa àyànmọ́ mọ́; àti bí ìdájọ́ pàápàá ṣe ń fi àánú Ọlọ́run hàn.

Lẹ́yìn náà ó gbà pé òun kò lóye *ìwé Ìṣípayá 12 dáadáa* . Ó kọ̀wé pé, "Èmi yóò fi èyí sílẹ̀ fún yín, nítorí pé èmi kò ní ìfihàn láti ọ̀dọ̀ Ẹ̀mí Mímọ́ lórí orí yẹn."

Akoko Ikẹẹkọ — Ifihan 12 ati Ogun Ẹmi

Aṣojú Ogbe dáhùn pẹ̀lú ẹ̀kọ́ jíjinlẹ̀, ó ń tọ́ Francesco sọ́nà nínú ìtàn àgbáyé ti *Ìfihàn 12:*

"Orí yìí fi ìjà tí a kò rí hàn — obìnrin náà, ọmọ náà, àti dragoni náà. Obìnrin náà dúró fún àwùjọ májẹ̀mú Ọlọ́run; ọmọ náà, Jésù Kristi; àti dragoni náà, Sátánì, ejò àtijọ́ náà.

Ogun tí ó wáyé ní ọ̀run (ẹsẹ 7–9) fi hàn bí wọ́n ṣe lé Sátánì àti àwọn áńgẹ́lì rẹ̀ lulẹ̀ — kìí ṣe nípa àwọn ohun ìjà ara bí kò ṣe nípa àṣẹ àtọ̀runwá. Ìṣẹ́gun Kristi ní orí Àgbélébùú mú wọn hán, síbẹ̀ ìbínú wọn lórí ilẹ̀ ayé pọ̀ sí i. Ìbínú dragoni náà ń fojú di àwọn onígbàgbọ́ nísinsìnyí, ṣùgbọ́n ẹsẹ 11 fún wa ní kọ́kọ́rọ́ sí ìṣẹ́gun:

"Wọ́n ṣẹ́gun rẹ̀ nípa ẹ̀jẹ̀ Ọ̀dọ́ Àgùntàn náà, nípa ọ̀rọ̀ ẹ̀rí wọn, wọn kò sì fẹ́ràn ẹ̀mí wọn títí dé ikú."

Èyí kì í ṣe àmì; ó jẹ́ òótọ́ fún gbogbo Kristẹni. Sátánì ń kọlù wá nípasẹ̀ ẹ̀tàn, ìgbéraga, ìbẹ̀rù, ẹ̀sùn, àti ìyàsọ́tọ̀. Ṣùgbọ́n ààbò onígbàgbọ́ ni ẹ̀jẹ̀ Jésù, ìjẹ́wọ́ ìgbàgbọ́, àti ìfọkànsìn pátápátá.

Ìfihàn, ìdánwò, ìkọlù, àti ìmúpadàbọ̀sípò — èyí ni àpẹẹrẹ ìdàgbàsókè ẹ̀mí tí ń wáyé nígbà gbogbo."

Dídáhùn sí Àwọn Ìbéèrè Francesco

"Arákùnrin Francesco," Aṣojú Ogbe tẹ̀síwájú, "o ṣe dáadáa láti kọ̀ ohùn tí ó fúnni ní ìfihàn àti agbára. Iyẹn kìí ṣe Ẹ̀mí Mímọ́ bí kò ṣe ẹ̀mí ẹ̀tàn tí ó ń wá láti fà ọ́ kúrò nínú ìgbẹ́kẹ̀lé Kristi. Gẹ́gẹ́ bí Sátánì ṣe dán Éfà wò tí ó sì dán Jésù wò lẹ́yìn náà, ó sábà máa ń tọ àwọn onígbàgbọ́ lọ pẹ̀lú àwọn ọ̀nà àbájáde ẹ̀mí. O kọjú ìjà sí — ìgbọràn yẹn sì mú ìbínú ọ̀tá náà bá ọ.

Ó ṣeé ṣe kí ìjàǹbá àti ìṣòro tó tẹ̀lé e jẹ́ ìkọlù padà, kì í ṣe ìyà. Ṣùgbọ́n Ọlọ́run gbà kí irú àwọn ìdánwò bẹ́ẹ̀ fún ọ lágbára láti fún òye àti àṣẹ lágbára. A ń kọ́ ọ níṣẹ́ gẹ́gẹ́ bí olùṣọ́ fún Ítálì báyìí, níbi tí ọ̀pọ̀ ènìyàn ṣì gbàgbọ́ pé ọ̀tá jìnnà tàbí àmì ni.

Ẹ máa wo Jesu, kìí ṣe sí òkùnkùn. Nígbà tí ara bá rọ̀, ẹ máa kéde sókè pé:
'Èmi ni ti Jesu Kristi. Ẹ̀jẹ̀ Ọ̀dọ́ Àgùntàn náà bò mí. Ohun tí ó wá láti ọ̀dọ̀ Ẹ̀mí Mímọ́ nìkan ni mo gbà, mo sì ń kọ̀ gbogbo ohùn mìíràn sílẹ̀ ní orúkọ Jesu.'

Lo àkókò púpọ̀ láti jọ́sìn ju wíwo ọ̀tá lọ. A kò fi ìfihàn hàn láti dẹ́rùbà ọ́ bí kò ṣe láti jí ọ kí o sì múra sílẹ̀ fún ọ. Olúwa yàn ọ́ láti bẹ̀bẹ̀ fún orílẹ̀-èdè rẹ."

Níkẹyìn, Ambassador Ogbe pè é níjà láti ṣe nǹkan kan:

"Nísinsìnyí tí o ti rí òtítọ́ ayé àìrí, wá ọ̀nà láti pín ohun tí o ti gbà — ní kíkọ, kíkọ́ni, tàbí ẹ̀rí — kí àwọn ẹlòmíràn lè ní òmìnira gẹ́gẹ́ bí o ti rí. Ìwọ kì í ṣe akẹ́kọ̀ọ́ lásán mọ́; o ń di olùdáǹdè."

Ìdáhùn Francesco rọrùn:

"Ẹ ṣeun, arákùnrin mi. Èmi yóò gba èyí ní pàtàkì."

Ìdúróṣinṣin Francesco àti Àdúrà Ìránṣẹ́

Ó fi kún un lẹ́yìn náà pé,
"Mo dúpẹ́ lọ́wọ́ rẹ gidigidi láti inú ọkàn mi tó jinlẹ̀." "Èmi yóò mú kí àkókò mi pọ̀ sí i láti gbàdúrà ní èdè; èmi yóò kọ gbogbo ìfihàn tí Ẹ̀mí Mímọ́ ń fúnni sínú ìwé àkọsílẹ̀ mi; èmi yóò sì bẹ Ẹ̀mí Mímọ́ láti fi rhema Rẹ̀ bọ́ mi lójoojúmọ́."

Aṣojú Ogbe dáhùn pé:

"Àti èyí tó ṣe pàtàkì jùlọ, ẹ ronú nípa bí òye yìí yóò ṣe ní ipa lórí àwọn ìran tí a kò tíì bí — gẹ́gẹ́ bí ìtàn Emmanuel Eni. Ọlọ́run kò fi èyí hàn yín láti fi pamọ́ bí kò ṣe láti pín. Ẹ̀yin gbọ́dọ̀ jẹ́ ẹlẹ́rìí sí àwùjọ àwọn olùwá kiri káàkiri àgbáyé."

"Yóò fi bí a ṣe lè tan èyí kálẹ̀ hàn mí," Francesco dáhùn.

Ambassador Ogbe kọ pada pe:

"Àmín! Ṣé ó dára tí mo bá gbàdúrà pẹ̀lú rẹ nísinsìnyí?"

Ó sì ṣe bẹ́ẹ̀ — àdúrà kan tí ó dé ibi jíjìnnà ju Ítálì lọ, sí gbogbo onígbàgbọ́ tí ó ń ka àwọn ọ̀rọ̀ wọ̀nyí.

Àdúrà Ìfiṣẹ́sí

Baba Ọ̀run,
a dúpẹ́ lọ́wọ́ rẹ fún ìránṣẹ́ rẹ Francesco àti fún gbogbo àwọn tí wọ́n ń jí sí òtítọ́ rẹ káàkiri àwọn orílẹ̀-èdè.
A dúpẹ́ lọ́wọ́ rẹ fún ṣíṣí òtítọ́ ilẹ̀ tí a kò rí payá — kìí ṣe láti dẹ́rù ba, ṣùgbọ́n láti pèsè sílẹ̀.
A fi èdìdì dí gbogbo ìfihàn tí ó ti gbà lábẹ́ ẹ̀jẹ̀ Jesu Kristi.
Jẹ́ kí ẹ̀mí rẹ̀ dúró nínú Ọ̀rọ̀ Rẹ, kí ọkàn rẹ̀ gbóná pẹ̀lú ìfẹ́ Rẹ, kí ohùn rẹ̀ sì jẹ́ ìpè òtítọ́ fún ìran rẹ̀.
Fi Ẹ̀mí Mímọ́ kún un ní tuntun.
Jẹ́ kí gbogbo ahọ́n tí ó dìde sí i parọ́rọ́; gbogbo ètò òkùnkùn lòdì sí ète rẹ̀ ni a ó yí padà.
Jẹ́ kí ó, bíi Emmanuel Eni, ẹlẹ́rìí alàáyè ti agbára ìgbàlà Rẹ — olùgbé ìmọ́lẹ̀ sí àwọn tí ó sì ń rìn nínú òjìji.
Gbé ọ̀pọ̀lọpọ̀ bí i dìde ní Italy, Europe, àti àwọn òkèèrè — àwọn ọkùnrin àti obìnrin tí yóò gbé iná Ìhìnrere láìbẹ̀rù.
Àti nísinsìnyí, Olúwa, bí a ṣe ń sọ "Àmín" sí àdúrà yìí, a tún ya gbogbo ẹni tí ó bá dara pọ̀ mọ́ ìgbàgbọ́ wọn sí tiwa.
Kí wọ́n rìn nínú ìfihàn, kí wọ́n dojúkọ ìdánwò, kí wọ́n borí ìkọlù, kí wọ́n sì gbé nínú ìmúpadàbọ̀sípò.
Ní orúkọ ńlá Jesu — ***Àmín.***

Francesco fi ìtara dáhùn pé:

"Àmín!!! Ọlọ́run bùkún fún ọ, Aṣojú Arákùnrin Ọjọ́ Ajé Ogbe , gẹ́gẹ́ bí oore-ọ̀fẹ́ àìlópin Rẹ̀!"

Ìdáhùn náà sì padà wá:

"Àmín àti àmín. Ọlọ́run bùkún fún ọ pẹ̀lú, Arákùnrin Francesco. Jọ̀wọ́, nígbàkúgbà, pe àwọn ìbéèrè tàbí ohunkóhun tí Ẹ̀mí bá gbé lé ọkàn rẹ. Mo ti gbàdúrà fún àwọn ìfihàn síi láti dé — wọn yóò dé. Bẹ̀rẹ̀ sí í kọ wọ́n sílẹ̀; wọ́n lè má ní ìtumọ̀ nísinsìnyìí, ṣùgbọ́n wọn yóò ní òye ní àkókò Rẹ̀, ní orúkọ Jésù."

Ìdí Tí A Fi Ń Pín Àwọn Ìjíròrò Yìí

Àwọn ìpàdé bí èyí fi bí jíjẹ́ ọmọ-ẹ̀yìn òde òní ṣe rí hàn — ìgbésí ayé, ìbáṣepọ̀, ìdarí ẹ̀mí, àti ti àgbáyé. Nípasẹ̀ irú ìjíròrò bẹ́ẹ̀, Ọlọ́run ń gbé irú àwọn onígbàgbọ́ tuntun dìde tí wọ́n mọ àwọn ète ọ̀tá síbẹ̀ tí wọ́n dúró lórí Ìwé Mímọ́ àti ìfẹ́.
Ìjíròrò yìí kì í ṣe fún Ítálì nìkan; ó jẹ́ fún gbogbo àwọn òǹkàwé tí wọ́n ń ṣe kàyéfì pé, *"Ṣé Ọlọ́run ṣì lè bá àwọn ènìyàn lásán sọ̀rọ̀ lónìí?"*
Bẹ́ẹ̀ni — ó sì ń ṣe iṣẹ́ nípasẹ̀ Ẹ̀mí Òtítọ́ kan náà.

Àwọn ìtàn òtítọ́ nípa ìtúsílẹ̀ sí ìjọba: Àwọn ẹ̀rí òde òní àti ìrìn àjò ọjọ́ 40

Ìfihàn – Agbára Kan náà, Ó ṣì ń ṣiṣẹ́

Ìtàn Emmanuel Eni fihàn pé agbára Jésù Kristi láti gbani là kúrò nínú òkùnkùn kò tíì parẹ́ pẹ̀lú àkókò.
Láti ìlú Èkó sí ìlú London, Nairobi sí ìlú New York, àwọn ọkùnrin àti obìnrin tí wọ́n ti fìgbà kan tẹrí ba fún májẹ̀mú ẹ̀mí èṣù ti gbé ọwọ́ wọn sókè nínú ìjọsìn, ní òmìnira nígbẹ̀yìn-gbẹ́yín. Ní gbogbo ìran, Ọlọ́run gbé ohùn sókè tí ó ń dún igbe kan náà pé: **"Jésù ṣì ń gbàni là."**

Àwọn ìtàn òde òní wọ̀nyí jẹ́ ẹ̀rí tó wà láàyè. Wọ́n kúrú, wọn kò ṣe é ṣe, wọ́n sì jẹ́ òótọ́ — kì í ṣe ẹ̀kọ́, bí kò ṣe ẹ̀rí.
Ẹlẹ́rìí kọ̀ọ̀kan ń sọ̀rọ̀ nípa ẹnu ọ̀nà tó yàtọ̀ síra sínú ìdè — ìbẹ̀rẹ̀ òkùnkùn, àdéhùn ọkọ̀ ojú omi, ìrìn àjò àwọn awòràwọ̀, ìbúra ìkọ̀kọ̀ — àti nípa ẹnu ọ̀nà kan ṣoṣo tó jáde: **ẹ̀jẹ̀ Ọ̀dọ́ Àgùntàn** (Ìfihàn 12:11).

1. John Ramirez – Láti Onísìn Èṣù Gíga sí Oníwàásù (USA)

Nígbà kan rí, John Ramirez, ọmọ ogun tí ó ń ṣàkóso àwọn ẹ̀mí èṣù ní ìlú New York, ṣe àdéhùn tí a fi ẹ̀jẹ̀ dì. Ní alẹ́ ọjọ́ kan, nígbà tí ó ń múra sílẹ̀ fún ìsìn kan, ọwọ́ kan tí a kò rí gbá a lulẹ̀; ó rí ìmọ́lẹ̀ tí ó mọ́lẹ̀ ju iná lọ, ó sì gbọ́ pé, *"Mo nífẹ̀ẹ́ rẹ, John."*
Ó jí padà títí láé. Lónìí, ó ń kọ́ni ní ìgbàlà kárí ayé.
Ìwé Mímọ́: *"Ọmọ Ọlọ́run farahàn láti pa iṣẹ́ èṣù run."* — 1

Jòhánù 3:8
Ṣọ́ra: Ìjápọ̀ YouTube | Ṣàyẹ̀wò QR → *Ẹ̀rí John Ramirez*
Dominion Takeaway: Kò sí májẹ̀mú tó jinlẹ̀ jù fún àgbélébùú láti fagilé.

2. Tailah Scroggins – Ìdáǹdè lọ́wọ́ Alábàáṣepọ̀ àti Aláìní Ẹ̀mí (USA)

Wọ́n fa Tailah sínú "iṣẹ́ agbára" ti Ọjọ́ Tuntun. Àwọn àlá àjèjì àti ọkọ ẹ̀mí kan ń fiyà jẹ ẹ́ títí di òru ọjọ́ kan pé: *"Jésù, bí ìwọ bá jẹ́ òótọ́, gbà mí."* Ní àkókò kejì, òkùnkùn bẹ́; ó nímọ̀lára ooru, lẹ́yìn náà àlàáfíà.
Lónìí, ó ń kìlọ̀ fún àwọn ẹlòmíràn nípa àwọn ìlẹ̀kùn òkùnkùn tí kò ṣeé fojú rí.
Ìwé Mímọ́: *"Ẹ pè mí ní ọjọ́ ìpọ́njú; èmi yóò gbà yín."* — Sáàmù 50:15
Ṣọ́ra: Ona asopo YouTube | Scan QR → *Tailah Scroggins Igbala*
Dominion Takeaway: Awọn majẹmu ti o farasin pari nigbati Jesu di Oluwa lori gbogbo ifẹ.

3. Peter Hockley – Àsálà kúrò nínú iṣẹ́ àjẹ́ àti ìṣàfihàn astral (UK)

Gẹ́gẹ́ bí àjẹ́ láti ìgbà èwe rẹ̀, Pétérù mọ ìrìn àjò astral dáadáa. Nígbà kan tí ó ń sọ̀rọ̀ nípa rẹ̀, ó rí ògiri iná dídán kan — àti ohùn kan tí ó ń sọ pé, *"Ìwọ kò gbọdọ̀ kọjá ìlà yìí."* Lẹ́yìn náà, ó pàdé àwọn onígbàgbọ́ tí wọ́n ń gbàdúrà títí tí ó fi juwọ́ sílẹ̀ fún Kristi.
Ìwé Mímọ́: *"Ọlọ́run wa jẹ́ iná ajónirun."* — Hébérù 12:29

Ṣọ́ra: Ìjápọ̀ YouTube | Ṣàyẹ̀wò QR → *Peter Hockley Ẹ̀rí*
Dominion Takeaway: Kò sí agbára astral kankan tó lè rú iná Ọlọ́run.

4. Igbagbọ Karuri - Igbala lọwọ Awọn agbara Omi (Kenya)

Nígbà tí wọ́n gbé Faith dìde ní etíkun, ó rí àlá tó ń ṣẹlẹ̀ nígbà gbogbo nípa àwọn ààfin òkun. Nígbà tí wọ́n ń ṣe ìpàdé àdúrà, ó kígbe bí ẹ̀wọ̀n tí a kò rí ṣe já; ó ṣe àpèjúwe nígbà tó gbọ́ tí omi ń fà sẹ́yìn.
Ìwé Mímọ́: *"Ó bá òkun wí, ó sì mú kí ó gbẹ."* — Nahumu 1: 4
Wo: Ìjápọ̀ YouTube | *Ìjẹ́rìí Ìgbàgbọ́ Karuri* **Dominion Takeaway:** Ohùn tí ó ń pa àwọn ìjì mọ́ra tún pa àwọn májẹ̀mú omi lẹ́nu mọ́.

5. "Mo sin Satani lẹ́yìn náà mo pàdé Jesu ní ẹ̀wọ̀n" – Àìmọ̀ (USA)

Aṣáájú ẹgbẹ́ kan tí ó ya ara rẹ̀ sí mímọ́ fún Sátánì parí sí àhámọ́ kan ṣoṣo. Nínú òkùnkùn, ó rí ẹni kan tí ó wọ aṣọ funfun, ó sì gbọ́ pé, *"Mo kú fún ọ."* Ó sọkún fún ọ̀pọ̀ wákàtí. Lónìí, ó ń ṣe iṣẹ́ ìkọ́ni ní ọgbà ẹ̀wọ̀n.
Ìwé Mímọ́: *"Bí mo tilẹ̀ tẹ́ ibùsùn mi ní ipò òkú, kíyèsí i, ìwọ wà níbẹ̀."* — Sáàmù 139: 8
Ṣọ́ra: Ona asopọ YouTube | *Ẹri Idande Ẹwọn*
Dominion Takeaway: Grace le de ile-ẹwọn ti o kere julọ.

6. Freemason àtijọ́ – Bíbá àwọn Májẹ̀mú Àṣírí àti Àwọn Ìbúra jẹ́

Ọmọ ẹgbẹ́ àgbà kan bẹ̀rẹ̀ sí í pàdánù àlàáfíà lẹ́yìn ọ̀pọ̀ ọdún ìbúra ìsìn. Kíkà Mátíù 5:34 — "Má ṣe búra rárá" — ó kọ gbogbo ìbúra sókè, ó sì nímọ̀lára pé nǹkan kan gbé e sókè láti inú àyà rẹ̀. Ó ń kọ́ àwọn ẹlòmíràn láti fi májẹ̀mú nínú Kristi rọ́pò ìbúra náà.
Ìwé Mímọ́: "Ẹ kò le
sin àwọn ọ̀gá méjì." — Mátíù 6:24 **Wo:** Ṣe àwárí YouTube → *Ìdásílẹ̀ Ẹ̀rí Freemason tẹ́lẹ̀ (1 M + àwọn ìwòran)* | Scan QR → *Ìdásílẹ̀ Freemason*
Dominion Takeaway: Gbogbo ìbúra ìkọ̀kọ̀ ni ó ń tẹrí ba fún orúkọ Jésù.

7. Ama Boateng – Ọmọ ọdọ tí wọ́n gbà lọ́wọ́ aya ẹ̀mí (Ghana)

Ní ọmọ ọdún mẹ́ẹ̀ẹ́dógún, Ama ní àlá burúkú àti ìkọlù àìrí. Nígbà ìsinmi ọ̀dọ́mọdé, bí ìjọsìn ṣe ń pọ̀ sí i, ó wó lulẹ̀, ó ń kígbe pé, *"Fi mí sílẹ̀!"* Ní ìṣẹ́jú díẹ̀ lẹ́yìn náà, ó ti di òmìnira.
Ìwé Mímọ́: *"Ẹni tí Ọmọ bá dá sílẹ̀ ní òmìnira jẹ́ òmìnira ní tòótọ́."* —
Jòhánù 8:36 **Wo:** Wá YouTube → *Ọ̀dọ́langba tí a gbà sílẹ̀ lọ́wọ́ Ẹni tí Ẹ̀mí fẹ́ẹ̀fẹ́ẹ̀ rẹ̀ Ghana (1 M + àwọn ìwòran)* | Scan QR → *Ama Boateng Ìdáǹdè*
Dominion Takeaway: Ìwà mímọ́ bẹ̀rẹ̀ nígbà tí àwọn ẹ̀wọ̀n ìkọ̀kọ̀ bá já ní iwájú Ọlọ́run.

Àwọn ohùn wọ̀nyí jẹ́ ẹlẹ́rìí — ẹ̀rí pé ìdáǹdè Emmanuel Eni jẹ́ ara ìtàn ńlá kan tí ń lọ lọ́wọ́lọ́wọ́: ìṣẹ́gun kárí ayé ti Jesu Kristi lórí òkùnkùn.

Bí a ṣe le kópa tàbí pín ẹ̀rí rẹ

"Lọ sí ilé sí ọ̀dọ̀ àwọn ọ̀rẹ́ rẹ, kí o sì sọ fún wọn bí Olúwa ti ṣe ohun ńlá fún ọ àti bí ó ti ṣàánú fún ọ." —Máàkù 5:19.

Ìtàn Emmanuel Amos Eni ti jí àràádọ́ta ọ̀kẹ́ ènìyàn sí òtítọ́ ayé àìrí àti ipò gíga Jesu Kristi.
Ó ti tó àkókò tìrẹ báyìí — láti rìn nínú òtítọ́, jẹ́rìí agbára Rẹ̀, àti láti ran àwọn ẹlòmíràn lọ́wọ́ láti jáwọ́ nínú òmìnira.

Eyi ni bi o ṣe le gbe igbesẹ ti o tẹle

1. Ṣe àjọpín ẹ̀rí rẹ

Ǹjẹ́ o ti ní ìrírí ìtúsílẹ̀, ìwòsàn, tàbí ìjíjí nípa ẹ̀mí lẹ́yìn tí o ka ìwé yìí?
A fẹ́ gbọ́ ìtàn rẹ.

Imeeli: ambassador@otakada.org
WhatsApp (Taara): +1 804 778 2759 (USA) | +234 803 283 5348 (Nigeria)
Fi ranṣẹ lori ayelujara: https://www.otakada.org/contact-us-otakada/

Ẹ̀rí rẹ ń fún àwọn ẹlòmíràn lágbára, ó sì ń pa ọ̀tá lẹ́nu mọ́ (Ìfihàn 12:11). Ọ̀pọ̀lọpọ̀ ni a ti mí sí Kristi nípa kíkà ìtàn bí tìrẹ nìkan.

2. Dara pọ̀ mọ́ ìrìn àjò ọmọ-ẹ̀yìn kárí ayé fún ọjọ́ 40

Tí ìwé yìí bá ru ẹ̀mí rẹ sókè, a pè ọ́ láti gbé ìgbésẹ̀ tó tẹ̀lé e — ìrìn àjò ìyípadà ọjọ́ ogójì tí a ṣètò tí àkọlé rẹ̀ jẹ́: **"Láti òkùnkùn sí ìjọba: Ọjọ́ ogójì láti jáwọ́ nínú ìdènà òkùnkùn."**

Ìrìn àjò yìí yóò darí rẹ nípasẹ̀:
Kíkà Bíbélì ojoojúmọ́ àti àròjinlẹ̀ Àdúrà ìgbàlà àti ìkéde àsọtẹ́lẹ̀ Ìwòsàn àti ìmúpadàbọ̀sípò Àwọn kókó ìṣe tó wúlò fún àwọn ènìyàn kọ̀ọ̀kan, ìdílé, àti orílẹ̀-èdè

Bẹ̀rẹ̀ ìrìnàjò rẹ níbí:
LÁTI ÒKÚN SÍ ÌJỌBA: Ọjọ́ 40 láti jáwọ́ nínú ìdènà òkùnkùn tí ó farasin.

–

Ìfọkànsìn Àgbáyé fún Ìmọ̀, Ìdáǹdè àti Agbára - Fún Àwọn Ẹnìkọ̀ọ̀kan, Àwọn Ìdílé, àti Àwọn Orílẹ̀-èdè Tí Ó Ṣetán láti Jẹ́ Òmìnira

Ìwé Páápù

https://shop.ingramspark.com/b/084?params=aVgp21Qf wJxNANkfMxIQ0yejuFCVY12KFr978SRkZUD

Amazon - https://www.amazon.com/DARKNESS-DOMINION-Devotional-Awareness-Deliverance-ebook/dp/B0FLDH2Y67

3. Dara pọ̀ mọ́ Àwùjọ Àwọn Olùṣọ́ Àgbáyé

O ko ni lati rin nikan. Darapọ mọ ọkan ninu awọn agbegbe wa ti n pese awọn ohun elo lati dagba, gbadura, ati ṣiṣẹ pẹlu awọn onigbagbọ kakiri agbaye.

Darapọ mọ nipasẹ:

- Facebook – *Àwùjọ Ààbò Ìrìn Àjò Mílíọ̀nù 10*
- WhatsApp – *Àwùjọ GEM 1 àti 2*
- Telegram – *Ọmọ-ẹ̀kọ́ Ilé-ẹ̀kọ́ Ẹ̀mí Mímọ́*

A ṣe gbogbo agbègbè láti ràn ọ́ lọ́wọ́ láti ní ìbáṣepọ̀ pẹ̀lú Ẹ̀mí Mímọ́, láti ṣàwárí àwọn ẹ̀bùn rẹ, àti láti rìn nínú ìṣẹ́gun.

4. Ṣètìlẹ́yìn fún Iṣẹ́ Àkànṣe náà

Àtìlẹ́yìn yín ń ràn wá lọ́wọ́ láti jẹ́ kí ìhìn iṣẹ́ yìí wà láàyè kí a sì dé ọ̀dọ̀ ọ̀pọ̀lọpọ̀ orílẹ̀-èdè.
Ẹ lè bá wa ṣe àjọṣepọ̀ nípasẹ̀ àdúrà, fífúnni, tàbí pínpín ìwé yìí pẹ̀lú àwọn ẹlòmíràn.

Ìbáṣepọ̀ àti Ìfúnni:
https://www.otakada.org/partnership

Gbogbo irúgbìn tí o bá gbìn ló ń ràn wá lọ́wọ́:

- Túmọ̀ ìwé yìí kí o sì pín in káàkiri àgbáyé
- Ṣe àwọn ohun èlò ìkọ́ni ọmọ-ẹ̀yìn ní ọ̀pọ̀lọpọ̀ èdè
- Ṣe atilẹyin awọn ipa ọna iwosan, itusilẹ, ati imupadabọ

5. Dúró ní ìsopọ̀ kí o sì máa dàgbàsókè

Tẹ̀lé wa fún àwọn ẹ̀kọ́, ẹ̀rí, àti àwọn fíìmù tí a mí sí láti inú àwọn ìpàdé ìgbàlà tòótọ́:

YouTube:

- Ikanni Iṣẹ́ Àarẹ ti Ọlọrun
- Ambassador Monday O. Ogbe Channel

Ra Awọn Iwe:
https://shop.otakada.org

Oju opo wẹẹbu:
https://www.otakada.org

Ọ̀rọ̀ Ìkẹyìn

Gbogbo ẹ̀rí jẹ́ ìtẹ̀síwájú ìtàn Emmanuel Eni — ẹ̀wọ̀n ìmọ́lẹ̀ tí ó ń gún òkùnkùn.
Tí Ọlọ́run bá ti bẹ̀rẹ̀ sí í ṣí ojú rẹ, má ṣe dúró níbí. Jẹ́ kí Ẹ̀mí Òtítọ́ darí rẹ sí òmìnira àti agbára kíkún.

"Dìde, tànmọ́lẹ̀; nítorí ìmọ́lẹ̀ rẹ ti dé, ògo Olúwa sì ti tàn sórí rẹ." —Isaiah 60:1

Shalom,
Ambassador Monday O. Ogbe (Zacharias Godseagle)
Fún Ẹgbẹ́ Olóòtú, God's Eagle Ministries (GEM)
ambassador@otakada.org | www.otakada.org

Báwo ni a ṣe lè di àtúnbí àti bíbẹ̀rẹ̀ ìgbé ayé tuntun pẹ̀lú Kristi

Bóyá o ti rìn pẹ̀lú Jésù tẹ́lẹ̀, tàbí bóyá o ṣẹ̀ṣẹ̀ pàdé Rẹ̀ ní gbogbo ọjọ́ ogójì yìí. Ṣùgbọ́n ní báyìí, ohun kan nínú rẹ ń ru sókè.

O ti ṣetán fún ohun tó ju ẹ̀sìn lọ.
O ti ṣetán fún **ìbáṣepọ̀** .
O ti ṣetán láti sọ pé, "Jésù, mo nílò rẹ."

Èyí ni òtítọ́:

"Nítorí gbogbo ènìyàn ló ti ṣẹ̀; gbogbo wa ni a kùnà sí ìwọ̀n ògo Ọlọ́run... síbẹ̀ Ọlọ́run, nínú oore-ọ̀fẹ́ Rẹ̀, sọ wá di olódodo ní ojú Rẹ̀ lọ́fẹ̀ẹ́."
—Róòmù 3:23–24 (NLT)

O ko le jo'gun igbala.
O ko le tun ara re se. Sugbon Jesu ti san gbogbo owo naa —
O si n duro de lati gba o lalejo.

Báwo Ni A Ṣe Lè Tún Dì?

Dídi àtúnbí túmọ̀ sí fífi ẹ̀mí rẹ lé Jésù lọ́wọ́ — gbígbà ìdáríjì Rẹ̀, gbígbàgbọ́ pé Ó kú, Ó sì jíǹde, àti gbígbà Á gẹ́gẹ́ bí Olúwa àti Olùgbàlà rẹ.

Ó rọrùn. Ó lágbára. Ó ń yí ohun gbogbo padà.

Gbadura Èyí Kúrò:

"Jesu Oluwa, mo gbagbo pe O je Omo Olorun. Mo gbagbo pe O ku fun ese mi o si tun jinde. Mo jewo pe mo ti se ese ati pe mo nilo idariji Re. Loni, mo ronupiwada mo si yipada kuro ninu awon ona atijo mi. Mo pe O sinu aye mi lati je Oluwa ati Olugbala mi. Wẹ mi mọ. Fi Emi Re kun mi. Mo kede pe mo ti di atunbi, a dariji mi, mo si ni ominira. Lati oni lo, emi yoo tele O — emi yoo si gbe ni ipase Re. O ṣeun fun igbala mi. Ni oruko Jesu, amin."

Àwọn Ìgbésẹ̀ Tó Tẹ̀lé Lẹ́yìn Ìgbàlà

1. **Sọ fún Ẹnìkan** – Pin ìpinnu rẹ pẹ̀lú onígbàgbọ́ tí o gbẹ́kẹ̀lé.
2. **Wa Ìjọ Tí A Fi Bíbélì Kọ́ni** – Dara pọ̀ mọ́ àwùjọ tí ó ń kọ́ni ní Ọ̀rọ̀ Ọlọ́run tí ó sì ń gbé e ró. Ṣèbẹ̀wò sí àwọn iṣẹ́ ìsìn Idì Ọlọ́run lórí ayélujára nípasẹ̀ https://www.otakada.org tàbí https://chat.whatsapp.com/H67spSun32DDTma8TLh0ov
3. **Ṣe Ìrìbọmi** – Gbé ìgbésẹ̀ tó tẹ̀lé ní gbangba láti polongo ìgbàgbọ́ rẹ.
4. **Ka Bibeli lojoojumo** – Bẹ̀rẹ̀ pẹlu Ihinrere Johanu.
5. **Gbadura Lojoojumo** – Ba Olorun soro gege bi ore ati Baba.
6. **Dúró ní Ìsopọ̀mọ́ra** – Yí ara rẹ ká pẹ̀lú àwọn ènìyàn tí wọ́n ń fún ọ nísìírí láti rìn ìrìn tuntun rẹ.
7. **Bẹ̀rẹ̀ Ìlànà Ìsìn ọmọ-ẹ̀yìn láàrín àwùjọ** – Dá àjọṣepọ̀ kan-sí-ọ̀kan pẹ̀lú Jésù Kristi pọ̀ nípasẹ̀ àwọn ìjápọ̀ wọ̀nyí

Ìjẹ́ ọmọ-ẹ̀yìn ọjọ́ ogójì 1 - https://www.otakada.org/get-free-40-days-online-discipleship-course-in-a-journey-with-jesus/

Ìjẹ́ Ọmọ-ẹ̀yìn 40 2 - https://www.otakada.org/get-free-40-days-dna-of-discipleship-journey-with-jesus-series-2/

Àkókò Ìgbàlà Mi

Ọjọ́ : ______________________

Ìfọwọ́sowọ́pọ̀ : ______________________

"Bí ẹnikẹ́ni bá wà nínú Kristi, ó jẹ́ ẹ̀dá tuntun; àtijọ́ ti kọjá lọ, tuntun ti dé!"

—2 Kọ́ríńtì 5:17.

Ìwé Ẹ̀rí Ìgbésí Ayé Tuntun Nínú Kristi

Ìkéde Ìgbàlà – A tún bí nípa oore-ọ̀fẹ́

Èyí jẹ́rìí sí i pé

____

–

(Akokun Oruko)

ti kede **igbagbo ninu Jesu Kristi**
gege bi Oluwa ati Olugbala ni gbangba o si ti gba ebun ofe
igbala nipasẹ iku ati ajinde Re.

"Bí ìwọ bá jẹ́wọ́ ní gbangba pé Jesu ni Olúwa tí o sì gbàgbọ́ ní ọkàn rẹ pé Ọlọ́run jí i dìde kúrò nínú òkú, a ó gbà ọ́ là."
—Róòmù 10:9.

Ní ọjọ́ yìí, ọ̀run yóò yọ̀, ìrìnàjò tuntun yóò sì bẹ̀rẹ̀.

Ọjọ́ Ìpinnu : ______________________________

Ìfọwọ́sowọ́pọ̀ : ______________________________

Ìkéde Ìgbàlà

"Lónìí, mo fi ẹ̀mí mi lé Jésù Kristi lọ́wọ́.
Mo gbàgbọ́ pé Ó kú fún ẹ̀ṣẹ̀ mi, Ó sì tún jíǹde. Mo gbà á

gẹ́gẹ́ bí Olúwa àti Olùgbàlà mi. A dáríjì mí, a tún bí mi, a sì sọ mí di tuntun. Láti ìsinsìnyí lọ, èmi yóò máa rìn ní ìṣísẹ̀ Rẹ̀."

Ẹ káàbọ̀ sí ìdílé Ọlọ́run!

Orúkọ rẹ ni a kọ sínú Ìwé Ìyè Ọ̀dọ́ Àgùntàn.
Ìtàn rẹ ṣẹ̀ṣẹ̀ bẹ̀rẹ̀ — ó sì jẹ́ ayéraye.

Sopọ̀ mọ́ àwọn iṣẹ́ ìránṣẹ́ idì Ọlọ́run

- Oju opo wẹẹbu: www.otakada.org
- Àwọn Ìsọ̀rí Ọ̀rọ̀ Kúrò Nínú Àníyàn: www.wealthbeyondworryseries.com
- Imeeli: ambassador@otakada.org

- **Ṣe atilẹyin iṣẹ yii:**

Ṣe atilẹyin fun awọn iṣẹ akanṣe ijọba, awọn iṣẹ apinfunni, ati awọn orisun agbaye ọfẹ nipasẹ fifunni ti o darí majẹmu.

Ṣe ìwòye kóòdù QR láti fúnni

https://tithe.ly/give?c=308311

Ìwà ọ̀làwọ́ yín ń ràn wá lọ́wọ́ láti dé ọ̀dọ̀ àwọn ènìyàn púpọ̀ sí i, láti túmọ̀ àwọn ohun èlò, láti ṣètìlẹ́yìn fún àwọn míṣọ́nnárì, àti láti kọ́ àwọn ètò ẹ̀kọ́ ní gbogbo àgbáyé. Ẹ ṣeun!

Give in the Spirit of Luke 6:38

3. Darapọ mọ Agbegbe Adehun WhatsApp wa

Gba awọn imudojuiwọn, akoonu ijọsin, ki o si sopọ mọ awọn onigbagbọ ti o ni ero majẹmu ni gbogbo agbaye.

Ṣe ìwòran láti dara pọ̀ mọ́

https://chat.whatsapp.com/H67spSun32DDTma8TLh0ov

Àwọn ìwé àti ohun èlò tí a dámọ̀ràn

Ìdí Tí Ìdáǹdè Fi Kùnà — àti Bí Iná Ọlọ́run Ṣe Ń Dá Ọkàn Padà: Àwọn Ìkéde Ojoojúmọ́ 40 fún Ìdáǹdè Gbogbogbòò

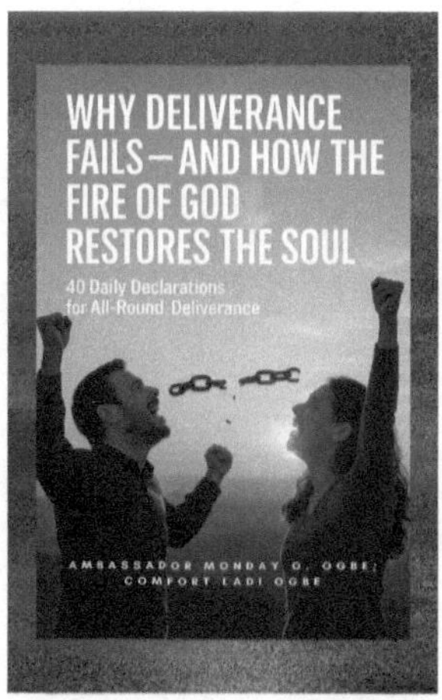

Ṣe àṣẹ fún ìwé àtúnṣe nípasẹ̀ ìjápọ̀ yìí -
https://shop.ingramspark.com/b/084?params=hRHuHyigd
cnVpGc9hy9gNCOQLuCHt8ReHNPx1l1xWbZ

Ìwé ẹ̀rọ ìbánisọ̀rọ̀ lórí Amazon -
https://www.amazon.com/Why-Deliverance-Fails-
Declarations-All-Round-ebook/dp/B0FW74L4G4

Kóòdù QR –

A ti gbàlà ṣùgbọ́n a ti sọnù – Olùyípadà Àìkọ́kọ́ – tí a túmọ̀ sí èdè 25

Ìwé Páápù

https://shop.ingramspark.com/b/084?params=iYNB6S3PLMfREpm0jMM15bMe3BvWlkjcYyLYnHVGAds

Ìwé Ẹ̀rọ Alágbékalẹ̀ - https://www.amazon.com/SAVED-BUT-LOST-UNDISCIPLED-heartbreak-ebook/dp/B0FVJ29DF7

ỌJỌ́ MÉJÌ TI ÌJÀ ÀTI ÌGBÀSÍLẸ̀ ẸMÍ - Apá Kìíní nìyí

Dídì Ọ̀tá Mú, Dídá Ọ̀fà Méje Padà, àti Dídá Àyànmọ́ Rẹ Padà

https://shop.ingramspark.com/b/084?params=8mPzqUl73Ex7uPyeO7ydyt8EGkkB6u2gX1jZvWU8j1C

Ìjápọ̀ ìwé e-ìwé - https://www.amazon.com/DAYS-SPIRITUAL-WARFARE-RECOVERY-Returning-ebook/dp/B0FMPJM5KZ

ỌJỌ́ MÉJÌ TI ÌJÀ ÀTI ÌGBÀSÍLẸ̀ ẸMÍ - Apá Kejì - Ṣíṣe ìṣẹ́gun, Fífọ ìwà Ipá Ilé, àti Ṣíṣe Ààbò fún Ìyàn Rẹ Tí A Tún Padà

Ìwé àtẹ̀jáde - https://shop.ingramspark.com/b/084?params=LkpNmGSsApHhWhiSO7bW3wFmcXQKIO4ZEBeSbP5rL1S

Ìwé Ẹ̀rọ Alágbékalẹ̀ - https://www.amazon.com/DAYS-SPIRITUAL-WARFARE-RECOVERY-Wickedness-ebook/dp/B0FR9YCMY8

LÁTI ÒKÚN SÍ ÌJỌBA: Ọjọ́ 40 láti jáwọ́ nínú ìdènà òkùnkùn tí ó farasin.

–

Ìfọkànsìn Àgbáyé fún Ìmọ̀, Ìdáǹdè àti Agbára - Fún Àwọn Ẹnìkọ̀ọ̀kan, Àwọn Ìdílé, àti Àwọn Orílẹ̀-èdè Tí Ó Ṣetán láti Jẹ́ Òmìnira

Ìwé Páápù

https://shop.ingramspark.com/b/084?params=aVgp21QfwJxNANkfMxIQ0yejuFCVY12KFr978SRkZUD

Amazon - https://www.amazon.com/DARKNESS-DOMINION-Devotional-Awareness-Deliverance-ebook/dp/B0FLDH2Y67

- *A gba wa la kuro ninu agbara okunkun* (iwe pata) — Ra Nibi | Iwe elekitironi lori Amazon

    - Àwọn Àtúnyẹ̀wò Tó Gbajúmọ̀ Láti Orílẹ̀-èdè Amẹ́ríkà:

- **Oníbààrà Kindle** : "Ìwé kíkà Kristẹni tó dára jùlọ!" (ìràwọ̀ márùn-ún)

Yin Jesu fun ẹri yii. Mo ti ni ibukun pupọ ati pe emi yoo ṣeduro gbogbo eniyan lati ka iwe yii... Nitori iku ni ere ẹṣẹ ṣugbọn ẹbun Ọlọrun ni iye ainipẹkun. Alafia! Alafia!

- **Da Gster** : "Ìwé tó dùn mọ́ni gan-an àti èyí tó yàtọ̀ gan-an ni èyí." (Ìràwọ̀ márùn-ún)

Tí ohun tí a sọ nínú ìwé náà bá jẹ́ òótọ́, a ti padà sẹ́yìn gan-an nípa ohun tí ọ̀tá lè ṣe! ... Ohun pàtàkì fún ẹnikẹ́ni tí ó bá fẹ́ kẹ́kọ̀ọ́ nípa ogun ẹ̀mí.

- **Visa** : "Mo nífẹ̀ẹ́ ìwé yìí" (ìràwọ̀ márùn-ún)

Èyí jẹ́ ohun tó ń ṣí ojú mi payá... ìjẹ́wọ́ òtítọ́... Láìpẹ́ yìí ni mo ti ń wá a kiri láti rà á. Inú mi dùn láti rà á láti Amazon.

- **FrankJM** : "O yatọ gan-an" (irawọ mẹrin)

Ìwé yìí rán mi létí bí ogun ẹ̀mí ṣe jẹ́ gidi tó. Ó tún mú kí n rántí ìdí tí a fi ń gbé "Ìhámọ́ra Kíkún ti Ọlọ́run" wọ̀.

- **JenJen** : "Gbogbo ẹni tí ó bá fẹ́ lọ sí ọ̀run - ka èyí!" (ìràwọ̀ márùn-ún)

Ìwé yìí yí ìgbésí ayé mi padà gan-an. Pẹ̀lú ẹ̀rí John Ramirez, yóò jẹ́ kí o wo ìgbàgbọ́ rẹ ní ọ̀nà ọ̀tọ̀ọ̀tọ̀. Mo ti kà á ní ìgbà mẹ́fà!

- *Onísìn Satani tẹ́lẹ̀: Ìyípadà James* (Ìwé Padà) — Ra Níbí | Ìwé Ẹ̀rọ lórí Amazon

- ***ẸRÍ TÍ Ó TI ṢE ẸRÍ SÁTÁNÌ KAN KAN KAN LORI ẸRÍ** - Pastor JONAS LUKUNTU MPALA* (Ìwé Pápá) — Ra Níbí | Ìwé Ẹ̀rọ lórí Amazon

- *Greater Exploits 14* (Ìwé Àtẹ̀jáde) — Ra Níbí | Ìwé Ẹ̀rọ Ìròyìn lórí Amazon

- *Jade kuro ninu Eṣu's Cauldron* lati ọwọ John Ramirez — O wa lori Amazon
- *Ó Wá Láti Dá Àwọn Ìgbèkùn Sílẹ̀* Láti ọwọ́ Rebecca Brown — Wá lórí Amazon

Àwọn ìwé mìíràn tí òǹkọ̀wé tẹ̀ jáde – Ó lé ní ẹgbẹ̀rún àkọlé

A nifẹẹ, Ayanfẹ ati Gbogbo : Irin-ajo Ọgbọn Ọjọ lati Ikọsilẹ si **Itunṣe** ti a tumọ si ede 40 ni agbaye

https://www.amazon.com/Loved-Chosen-Whole-Rejection-Restoration-ebook/dp/B0F9VSD8WL

https://shop.ingramspark.com/b/084?params=xga0WR16muFUwCoeMUBHQ6HwYjddLGpugQHb3DVa5hE

Loved, Chosen and Whole
A 30-Day Journey from Rejection to Restoration
Zacharias Godseagle; Ambassador Monday O. Ogbe; Comfort Ladi Ogbe

Ní Ìgbésẹ̀ Rẹ̀ — Ìpèníjà WWJD Ọjọ́ 40:

Gbígbé Bíi Jésù Nínú Àwọn Ìtàn Ìgbésí Ayé Tòótọ́ Kárí Ayé

https://www.amazon.com/His-Steps-Challenge-Real-Life-Stories-ebook/dp/B0FCYTL5MG

https://shop.ingramspark.com/b/084?params=DuNTWS59IbkvSKtGFbCbEFdv3Zg0FaITUEvlK49yLzB

JESU NI ẸNU ILEKUN:

Àwọn Ìtàn Àròsọ 40 àti Ìkìlọ̀ Ìkẹ́yìn Ọ̀run sí Àwọn Ìjọ Òní

https://www.amazon.com/dp/B0FDX31L9F

https://shop.ingramspark.com/b/084?params=TpdA5j8WP
vw83glJ12N1B3nf8LQte2a1lIEy32bHcGg

JESUS AT THE DOOR
40 HEARTBREAKING STORIES AND HEAVEN'S FINAL WARNING TO TODAY'S CHURCHES
ZACHARIAS GODSEAGLE,
COMFORT LADI OGBE,
AMBASSADOR MONDAY O. OGBE

ÌGBÉSÍ AYÉ MÁJÚ: Ọjọ́ 40 ti Rírìn nínú Ìbùkún ti Deuteronomi 28

- https://www.amazon.com/dp/B0FFJCLDB5

Àwọn ìtàn láti ọ̀dọ̀ àwọn ènìyàn gidi, ìgbọràn gidi, àti òtítọ́

https://shop.ingramspark.com/b/084?params=bH3pzfz1zdCOLpbs7tZYJNYgGcYfU32VMz3J3a4e2Qt

Ìyípadà ní èdè tó lé ní ogún.

MÍMỌ̀ Ọ́ ÀTI MÍMỌ̀ Ọ́:

Ọjọ́ 40 sí ìwòsàn, òye, àti ìfẹ́ pípẹ́

https://www.amazon.com/KNOWING-HER-HIM-Healing-Understanding-ebook/dp/B0FGC4V3D9

https://shop.ingramspark.com/b/084?params=vC6KCLoI7Nnum24BVmBtSme9i6k59p3oynaZOY4B9Rd

PARÍ, KÌ Í ṢE DÍJÀ:

Ìrìn àjò ọjọ́ ogójì sí ète, ìṣọ̀kan, àti ìfọwọ́sowọ́pọ̀

https://shop.ingramspark.com/b/084?params=5E4v1tHgeTqOOuEtfTYUzZDzLyXLee30cqYo0Ov9941

https://www.amazon.com/COMPLETE-NOT-COMPETE-Journey-Collaboration-ebook/dp/B0FGGL1XSQ/

KÓÒDÙ ÌLERA ÀTỌ̀SÍLẸ̀ - Àwọn Kókó Ojoojúmọ́ 40 Láti Mu Ìwòsàn Ṣiṣẹ́ Nípasẹ̀ Ọ̀rọ̀ Ọlọ́run àti Ìṣẹ̀dá Ṣí Agbára Ìwòsàn Àwọn Ewéko, Àdúrà, àti Ìṣe Àsọtẹ́lẹ̀

https://shop.ingramspark.com/b/084?params=xkZMrYcEHnrJDhe1wuHHYixZDViiArCeJ6PbNMTbTux

https://www.amazon.com/dp/B0FHJT42TK

A le ri awọn iwe miiran lori oju-iwe onkọwe https://www.amazon.com/stores/Ambassador-Monday-O.-Ogbe/author/B07MSBPFNX

www.ingramcontent.com/pod-product-compliance
Lightning Source LLC
LaVergne TN
LVHW040439051026
849517LV00002B/680